அறிந்திராத யுவதியிடமிருந்து கடிதம்

அறிந்திராத யுவதியிடமிருந்து கடிதம்

நூலாசிரியர்: சா.தேவதாஸ் ©
முதற்பதிப்பு: டிசம்பர் 2022
பக்கங்கள்: 152

வெளியீடு:
நன்னூல் பதிப்பகம்
தொடர்பு எண்: 99436 24956
மணலி, திருத்துறைப்பூண்டி 610 203
nannoolpathippagam@gmail.com

Arinthiratha uvathiedamirunthu kaditham

Author: Sa. Devadass ©
First Edition: January 2023
Pages: 152

ISBN: 978-93-94414-20-4

Published by:
Nannoolpathippagam@gmail.com
Contact No: 99436 24956
Manali, Thiruthuraipoondi - 610 203
nannoolpathippagam@gmail.com

Price Rs: 160

அட்டை வடிவமைப்பு: அரிசங்கர்
நூல் வடிவமைப்பு: வள்ளியூர் வி. பெருமாள்

Printed at: ASX Printers, Chennai - 600 005.

ஸ்டீபன் ஸ்வைக்

அறிந்திராத யுவதியிடமிருந்து கடிதம்

தமிழில்
சா. தேவதாஸ்

நன்னூல்
பதிப்பகம்

பொருளடக்கம்

முன்னுரை	9
1. அறிந்திராத யுவதியிடமிருந்து கடிதம்	23
2. ஆயா	72
3. வேட்டைக்காரன் மாட்டிக் கொள்தல்	90
4. வெளிப்புற மாற்றம்	100

முன்னுரை

ஸ்டீஃபன் ஸ்வைக்: ஒரு சதுரங்க ஆட்டம்

யூத அறிவுஜீவிகளின் கலைஞர்களின் பங்களிப்பு என்பது, வதைகளையும் ஒடுக்குமுறைகளையும் தாண்டிக் கிடைத்துள்ளவை என்பதால் கூடுதல் மதிப்புமிக்கவை. ஆன்ஃபிராங்கிலிருந்து வால்டர் பெஞ்சமின்வரை இது பொருந்தும். ஸ்வைக் (1881—1942) என்னும் ஆஸ்திரிய எழுத்தாளரிடம் சிறிது வேறுபாடு. அவர் அவ்வளவாக சித்திரைவதைக்குள்ளாகாத போதும், மனச்சாட்சியால் உந்தப்பட்டு, தானாகப் புலம்பெயர்ந்து திரிந்தவர். வியன்னா, லண்டன் என்றலைந்து, பிரேசிலில் குடியமர்ந்து அங்கே தற்கொலை செய்து கொண்டவர் தன் இரண்டாவது மனைவியுடன்.

சிறுகதைகள், குறுநாவல்கள், நாடகங்கள், வாழ்க்கை வரலாறுகள், சுயசரிதக் குறிப்புகள் எழுதியுள்ள ஸ்வைக் ஒரேயொரு நாவல் எழுதியுள்ளார். அதுவும் நாவலில்லை, இரு குறுநாவல்கள் இணைந்தது என்ற குறிப்பும் உண்டு. பொதுவாக ஜெர்மனியில் செல்வாக்குள்ள வடிவம் குறுநாவலே. அது கதே காலத்திலிருந்து தொடர்வது. ஸ்வைக்கும் விதி விலக்கில்லை.

தொன்மையான கலைப்படைப்புகள் விற்கும் வணிகர் ஒருவர், தனது வாடிக்கையாளர்களுள் ஒருவரை நீண்டகாலத்திற்குப்பின் சந்திக்கின்றார்.

இப்போது பார்வையிழந்து வீட்டிலேயே முடங்கி கிடக்கும் அவ்வாடிக்கையாளர், அவ்வளவு உற்சாகத்துடன் குதூகலத்துடன் இவ்வணிகரை வரவேற்று உரையாடுகிறார். ஆனால் வீட்டுச் சூழலோ சோகம் மண்டிக்கிடக்கிறது. இன்னும் தன் பாதுகாப்பில் உள்ள தலைசிறந்த படைப்புகளை இவ்வணிகருக்கு எடுத்துக்காட்ட ஆவலுடன் இருக்கிறார் வாடிக்கையாளர்.

ஆனால் குடும்பத்தின் வறுமை காரணமாக அவற்றை ஒவ்வொன்றாக விற்க வேண்டி வந்தது. இப்போது இருப்பவை வெற்று திரைச்சீலைகள் அல்லது அரைகுறையான நகல்கள் அல்லது வெற்றுச் சட்டகங்களே என்பதை வாடிக்கையாளரின் மனைவி ரகசியமாக வணிகரிடம் தெரிவித்துவிடுகிறார்.

குருடரான வாடிக்கையாளர், தான் சேகரித்த அரிய ஓவியங்கள் அப்படியே இருப்பதாக எண்ணி, ஒவ்வொன்றையும் விவரித்துக்கொண்டிருக்கிறார். அதை மதித்து ரசிப்பவராக வணிகர் பாவனை செய்கிறார்.

அறுபது வருடங்களில் சேகரமானவை அவை, எந்த அருங்காட்சியகத்திலும் காண முடியாதவை என்ற பெருமிதத்தில் வாடிக்கையாளர் உற்சாகத்துடன் சொல்லிக்கொண்டு செல்கிறார். உலக யுத்தம் மூண்டு, பார்வையிழந்து வயதாகிவிட்ட அவ்வாடிக்கையாளருக்கு இப்போதுள்ள ஒரே ஆறுதல் அவரின் சேகரங்களே. இப்போது அவற்றைப் பார்க்க முடியாதபோதும், தினசரி எடுத்துத் தொட்டுப் பார்க்கிறார் பல தசாப்தங்களாக அவர் வைத்திருக்கும் வரிசைக்கிரமப்படி. வெளியுலக நிலவரமோ குடும்ப சூழலோ தெரியாமல், தான் குடும்பத்தினருக்கு விட்டுச் செல்லும் விலைமதிப்பற்ற கருவூலங்கள் இவை என்றெண்ணிக் கொண்டிருக்கிறார்.

வணிகரிடம் தன் ஓவியங்களை எடுத்துக்காட்டிக் கொண்டிருக்கையில், ‘அவரின் உயிர்ப்பற்ற கருவிழிகளில் மிளிர்வது, அவ்வோவியச் சட்டகத்தின் பிரதிபலிப்பா அவருக்குள்ளேயிலிருந்து வரும் பிரகாசமா? தான் கண்டதாக அவர் எண்ணியதிலிருந்து பெறப்பட்ட ஒரு பிரகாசம், அறிதல்மிகுந்த ஒளி அவர் கண்களுக்கு வந்தது.’

ஆனால் ஒருமுறை மட்டும், ரெம்ப்ராண்டின் Antiope ஓவிய நகலைத் தொடும்போது மட்டும், நுண்ணுணர்வுமிக்க அவரது நரம்புகள், பழகிய நெருக்கதை உணராது போகின்றன.

நெற்றியில் நிழல் கவிய, குரல் குழம்புகிறது... என்றாலும் ஒரு மணிநேரத்திற்காவது அக்குருடரின் பார்வையை தன்னால் மீட்க முடிந்ததே என்னும் மனநிறைவு வணிகருக்கு. Invisible Collection என்னும் சிறுகதை தரும் சித்திரம் இது.

ஸ்வைக் அரிய கையெழுத்துப் படிகளின் சேகரிப்பாளராக இருந்து வந்தார் என்பதும் தெரிந்துவிட்டால், இக்கதை இன்னுமொரு பரிமாணம் பெற்றுவிடும். கதே, மோஸார்ட், பீதோவன் போன்றோரது கையெழுத்துப்படிகள் நீண்டகாலம் அவரது சேகரமாக இருந்து வந்தன.

கடித வடிவில் அவர் எழுதியுள்ள குறுநாவல் 'அறிந்திராத யுவதியிடமிருந்து கடிதம்'. காதலை மையமாகக் கொண்டிருந்தாலும் அது அசாதாரணக் காதல். உடலும் உள்ளமும் ஆன்மாவும் ஒன்றிணைந்தது.

13 வயதுச் சிறுமி ஒரு கனவான்மீது கொள்ளும் ஒரு தலைக்காதல். அதனை அவள் தன் ஆயுள் முழுதும் போற்றுகிறாள், உந்துவிசையாகக் கொள்கிறாள். அந்நபரை மதிக்கின்றாள், வியக்கின்றாள். ஆனால் தன் ஆயுள் முழுதும் தன்னை யாரென்று அடையாளங்கண்டு கொள்ளாதிருப்பதுதான் அவளை வருந்தச் செய்கிறது. மூன்று இரவுகளிலான சந்திப்புகளே நிகழ்ந்து, ஓர் ஆண்குழந்தை பிறக்க, அதனை தன் காதலரின் அடையாளமாகப் பாவித்து வளர்த்து வரும் அவள், ஒருநாள் இன்ஃபுளுயன்ஸா காய்ச்சலால் தன் குழந்தை இறந்துபோவதால் அதிர்ந்துபோய், தன் காதலருக்கு கடிதம் எழுதுகிறாள். அவளின் இறுதி மூச்சாக அக்கடிதம் இருக்கிறது.

14 பக்கக் கடிதத்தை வாசித்து முடித்திடும் தருணத்தில், அக்காதலர் அதிர்ந்து போகிறார். "…. புலப்படாத ரீதியில் கதவொன்று திறந்து, இன்னொரு உலகின் குளிர்காற்று அமைதியான அறையில் வீசிக்கொண்டிருந்ததுபோல உணர்ந்தார். மரணத்தின் இருப்பை உணர்ந்தார், மடியாத இருப்பை உணர்ந்தார். அவருக்குள்ளே எதுவோ நொறுங்கிற்று, தொலைதூரத்து இசைபற்றி ஒருவர் எண்ணுவதுபோல, புலப்படாத வேட்கைமிக்க — உடல்சாராத பெண்ணைச் சிந்தித்தார்."

பரஸ்பரம் காதலிக்கப்படாமல், தன் காதல் சார்ந்து வாழ்வது ஒருவருக்குக் கசப்பான வாழ்வாயிருக்கும். இந்த

யுவதியால் எப்படி அதனை கசப்பு இனிப்பாக மாற்றிக்கொள்ள முடிந்தது? தொடர்ந்து காதலிக்ககப்படாதிருந்தால் தன் காதலுக்கும் முற்றுப்புள்ளி வைத்து விடுவது இயல்பாயிருக்க, இப்பெண்ணால் எப்படி அதனை மீற முடிந்தது?

அடிப்படையில் காதல் என்பது பகுத்தறிவு சாராதது. தர்க்கம் சாராதது. ஏன் இந்நபரை காதலிக்க வேண்டும், இவரால் நமக்குக் கிடைத்துள்ளது என்ன என்றெல்லாம் எண்ணிப் பாராதது. இந்த நிலையில் காதலிப்பவரே, தன்னுடையது ஒரு தலையாக இருப்பினும் தனக்குக் கிடைத்திருப்பது என்னவென்று எண்ணாமல், தான் வழங்குவதால் கிட்டும் ஆனந்தத்திலேயே திளைத்துக் கொண்டிருக்க இயலும். இங்கே காதல் நிபந்தனையற்றதும் ஆகும். "அதுவதைக்கும் தன்மைக்குச் சென்று விடுகையிலும் உன்னதமானதாக நேர்த்தியானதாக இருப்பதாக உணர முடிகிறது."

அப்படியானால், சாதாரண காதல் தோல்வியே தற்கொலைக்கு இட்டுச் சென்று விடுவதும் ஒருவரை நொறுங்கிப் போய்விடச் செய்வதும் ஏன்?

"காதல் வயப்படும்போது கிடைக்கும் சந்தோஷம், திளைப்பு காரணமாக அதனைத் தனது சுயநலம் சார்ந்த உணர்வு நிலையாக மாற்றிக்கொள்ளுவோருககுத்தான் பிரச்சிகைள் எழுகின்றன. காதலிக்கப்படும் நபர் பரஸ்பரம் இவ்வுணர்வை வெளிக்காட்டவில்லையானால், காதலிப்பவருக்குச் சஞ்சலம் உண்டாகிறது; தனக்கே உரியவராக ஒருவர் கிடைக்காதபோது மனநிலை பாதிக்கப்பட்டு வருந்த நேர்கிறது. இப்பிரச்சினையை Limerence என்று குறிப்பிடுகிறார் டோரதி டெனாவ். காதல் மறுக்கப்படும்போது பாதுகாப்பின்மை என்னும் பயமுண்டாகி பைத்தியக்கார நடவடிக்கைகளில் ஒருவர் ஈடுபட நேரிடும்."

ஆண்—பெண் உறவில் மட்டுமின்றி, மனிதர், உலகுடன் கொண்டுள்ள சமூக உறவுகள் அனைத்திலும் பிரபஞ்ச / இயற்கையுடன் கொள்ளும் அக்கறையிலும் அடிநாதமாக இருப்பது காதலே என்பார் எரிக்ஃபிராம்:

"மானுட இருப்பென்னும் பிரச்சினைக்கான அறிவார்த்தமானதும் நிறைவு தருவதுமான ஒரே பதில் காதல்."

The Governess என்னும் தலைப்பிலான நீண்ட கதை / குறுநாவல் Kaleisdoseope One தொகுப்பில் உள்ளது. *12—13*

வயதுகளில் உள்ள இரு சிறுமியரின் பார்வையில் அவர்களது ஆயாவின் வாழ்வைப் பதிவு செய்கிறது. அவர்களது குடும்பத்தைச் சேர்ந்த ஒருவனுக்கும் இந்த ஆயாவுக்குமிடையிலான ரகசிய உறவில் கருவுற்றுவிடுகிறாள் ஆயா. இப்பிரச்சினை தெரியவரும்போது, தம் பெண்களின் கல்வி பாதிக்கப்படும் என்று பயப்படும் இச்சிறுமியரின் பெற்றோர், அப்பெண்ணை வெளியேற்றி விடுகின்றனர்.

பிரச்சினைக்குரியவர்கள் அக்குடும்பத்து ஆணும் ஆயாவும். ஆனால் பெண்தான் பாதிக்கப்படுகிறாள். அதுவும் கருவுற்ற நிலையில். நிர்க்கதியான அப்பெண் எப்படி வாழ்வாள்? கருவிலிருக்கும் குழந்தை என்னாகும்?... இன்னும் இப்பிரச்சினை என்ன தாக்கங்கள் கொண்டிருக்கும் என்பதில்தான் ஸ்வைக்கின் குவிமையும் உள்ளது. அதன் பொருட்டுதான் சிறுமிகளின் பார்வையில் இப்பிரச்சினையை எடுத்துரைக்கிறார்.

இம்முடிவை எடுக்கும் பெற்றோரை இச்சிறுமியர் வெறுக்கின்றனர். யாரையும் நம்பமுடியாத நிலையில் உள்ளனர். ஒருநாளில் வளர்ந்து விட்டதாக எண்ணுகின்றனர்— குழந்தைப் பருவத்தை இழந்து விடுவதால். அதனையடுத்து இவ்வுலகில் தங்களுக்கு என்ன காத்திருக்கும் என்ற பீதி வாட்டுகிறது. "தாம் வாழ்ந்துகொண்டிருந்த வாழ்க்கையிலிருந்து சுருங்கிக்கொண்டனர்; மிரட்டும் உருவங்கள் நிறைந்து காடாகத்தோன்றிய, தாங்கள் கடந்து செல்ல வேண்டிய காடாக இருந்த வாழ்விலிருந்து ஒடுங்கிக் கொண்டனர்."

"அவர்களது ஆன்மாக்களின் வாயில்கள் மூடியிருந்தன. வரப்போகும் ஆண்டுகளுக்கும் நீடிக்கக்கூடும்" என்னும் வாசகம் சேக்ஸபியரை, கதேயை நினைவூட்டும் தன்மையில் இக்கதையில் இடம்பெறும்.

The Burning Seeret என்றொரு குறுநாவல். ஒரு தாயும் பள்ளி மாணவனாயுள்ள மகனும் வெளியூர் பயணிக்கின்றனர். அங்க ஓர் ஆணின் பரிச்சயம் ஏற்படுகிறது. அச்சிறுவனை ஈர்த்து அவளை அடைய திட்டமிடுகிறான் அந்த ஆண். இதனை யூகித்துவிடும் சிறுவனின் துயரங்களை அவனது பார்வையிலேயே எடுத்துரைக்கிறார் ஸ்வைக் — கனவுகளாக, படிமங்களாக, குழந்தைமையின் பீறிடல்களாக.

Transfiguration என்றொரு கதை. செல்வந்த வாழ்விலிருக்கும் ஒரு கனவானுக்கு சலிப்பு. தனக்கும் யதார்த்தத்திற்குமிடையே

ஒரு தடுப்பு நிற்பதான நிலை. வாழ்வில் வரும் துயரம்கூட தன்னை உறைக்கச் செய்யவில்லை, எல்லாம் மரத்துப்போன உணர்வு. பல இடங்களுக்குப் போய்ப் பார்க்கிறார். பல்வேறு அனுபவங்கள். மூன்று வருடங்களாக காதலித்து வந்திருந்த பெண் ஒரு கடிதம் எழுதுகிறாள். இப்போதுதான் வேறொருவரை மணக்க இருப்பதாக. திடீரென குதிரைப் பந்தயத்திற்குப் போகிறார். தற்செயலாக, இன்னொருவர் வாங்கியிருந்த ஒரு பந்தய டிக்கெட் இவரது கைக்குவர, அதற்குப் பரிசும் கிடைக்கவே, அத்தொகையை என்ன செய்வது என்று திகைக்கிறார்.

விற்பனையாகாமல் வெறித்துநோக்கும் பெண்ணின் கடையிலிருந்து தாராளமாகப் பணம் தந்து வாங்கி, அநாதையாக நிற்பவரிடம் தருகிறார். வேசி எனப்பழிக்காமல், ஒருத்திக்கு பணம் தருகிறார். வேண்டுமென்றே சிக்கிவிடும் நபர்களிடமிருந்து மீள அதிகத்தொகை தருகிறார். அத்துடன் மனிதரை இப்பெண்களிடம் ஈர்த்திழுப்பது புலன் இன்பமில்லை, தனிமையின் பீதியே, ஒருவரை மற்றவரிடமிருந்து பிரித்திடும் தனிமையே என்று புரிந்துகொள்கிறார். ‘என்னிடமுள்ள குற்றவாளி அவரகளிடமுள்ள குற்றவாளியைப் புரிந்துகொள்கிறான்’ என கேடிகளைச் சந்திக்கையில் புரிந்துகொள்கிறார். எல்லாவற்றுக்கும் மேலாக, ‘எதிர்காலத்தின் மர்மத்தை ஆராய்ந்தறிய முற்படாதவனே உண்மையில் வாழ்கிறான்’ என முடிவுக்கு வருவார்— தன்னிடமுள்ள மனிதனை புரிந்துகொள்பவன் அனைத்து மனிதரையும் புரிந்துகொள்வான் என்பார்.

‘ராஜவிளையாட்டு’ என்னும் அவரது குறுநாவல அவரின் கடைசி நான்கு மாதங்களில் எழுதபபட்டது. சதுரங்கத்தில் வித்தகனாக உள்ள ஒருவனை எதிர்த்து, நாஜிகளின் விசாரணைக் கைதியாக அடைப்பட்டிருந்த ஒருவன் விளையாடி அவனைத் திக்குமுக்காடச் செய்வதை விவரிக்கிறது. இவ்வளவுக்கும் எதிர்த்து விளையாடுபவன், சிறைவாழ்வில் தனக்குக் கிடைத்த சதுரங்க ஆட்ட கையேட்டை வைத்து சதுரங்கம் கற்றுக்கொண்டவன். உண்மையில் யாருடனும் ஆடாது இருந்தவன். இப்போதுதான் ஆடுகிறான். முதல் ஆட்டத்தில் எதிரியைத் திணறடித்து விடுபவன், இரண்டாம் ஆட்டத்தில் மட்டுமீறிய உற்சாகத்தாலோ நரம்பியல் பாதிப்பாலோ காய்களைத் தவறாக நகர்த்தி விடுகிறான்.

முதலில் எப்படி தன்னடக்கத்தோடு மர்மமான முறையில் வெளிப்பட்டாரோ அதேபோல் எங்களை விட்டு நீங்கி மறைந்து போனார். இந்த மனிதன் இனி ஒருபோதும் சதுங்கப் பலகையைத் தொடமாட்டார் என்பது எனக்கு மட்டும் தெரிந்திருந்தது."

சிறையில் அடைபட்டிருந்த காலத்தில், படிக்கவோ, எழுதவோ வெளியுலகத் தொடர்பு கொள்ளவோ முடியாது இருந்தபோது கிடைத்த சதுரங்க ஆட்ட கையேடு, 'ஆளை நசுக்கிப் போடும், இயந்திரத்தனத்திற்கு எதிராக ஒரு அதியற்புத ஆயுத'மாகிவிடுகிறது. 150 பந்தய விளையாட்டுகளின் குறிப்புகள் அதிலிருந்தன. ஆட்டம் தோறும் வேறுபடும் நகர்வுகள் கைவந்தன.

"என்னுடைய மௌனச்சிறை ஒவ்வொரு நாளும் இடையறாத பல்வகைமைகளால் ஆசீர்வதிக்கப்பட்டது. தவிர, உண்மையாகவே, அந்தப் பயிற்சிகளின் ஒழுங்கமைவு வெகுவாக சீர்குலைந்திருந்த என்னுடைய எண்ணவோட்டத்தின் ஆரோக்கியத்தை மீட்டெடுத்தது. என்னுடைய மூளை புத்துணர்ச்சி பெறுவதாக உணர்வதையும், தொடர்ச்சியாக சிந்திப்பதன் ஒழுங்கில், அது புதிதாகக் கூர்மையடைந்திருப்பதையும் கூட என்னால் உணரமுடிந்தது."

இந்த உணர்வு இரண்டரை மாதத்தில் முடிவுக்கு வந்து விடுகிறது. திரும்பத்திரும்ப மனதில் ஆடிப்பார்த்து வந்தது, ஒரு கட்டத்தில் ஆட்டத்தின் ஆரம்பத்திலேயே முடிவு தெரிந்துவிட, ஆட்டத்தில் சலிப்பேற்படுகிறது. "அதுவரை மிகவும் பரவசமூட்டுவதாகவும் எழுச்சி கொள்ளச் செய்வதாகவும் இருந்தது. நீர்த்துப் போய்விட்டது. அந்தப் பந்தய விளையாடடுகள் ஒவ்வொன்றின் ஒவ்வொரு நகர்வும் எனக்கு மனப்பாடமாகிவிட்ட நிலையில் அந்த விளையாட்டுகளை மீண்டும் மீண்டும் விளையாடுவதில் என்ன சுவராசியமிருக்க முடியும்?

இது ஒரு நிலை. இன்னொரு சிக்கல், மனதில் ஆடிப்பார்க்கும் இவ்விளையாட்டில், ஒரு நபரே எதிராளியாயும் ஆடிப்பார்க்க வேண்டும். அதிர்ஷ்டத்திற்கு இடமில்லாத முற்றிலும் மூளை சார்நத இவ்விளையாட்டில் ஒருவரே இருவரின் பாத்திரங்களை வகிப்பது அபத்தமாயிருக்கும். "சதுரங்க விளையாட்டின் ஈர்ப்புசக்தி என்பது அதன் நுட்பங்களும் உத்திகளும் இருவேறு மூளைகளில் உருவாகி வளருகிறது என்பதில்தான்

அடங்கியிருக்கிறது. இரு மூளைகள் ஈடுபடும் இந்தப் போரில் வெண்மை'யின் அடுத்த நகர்வு என்னவாக இருக்கும் என்பது 'கருமை'க்குத் தெரியாது. அப்படியிருந்தும் அவன், கருமையின் நகர்வை எப்படியெல்லாம் முறியடிக்கலாம் என்று சதாசர்வ காலமும் சிந்தித்தபடியிருக்கிறான்; வெண்மையோ கருமையை முறியடிக்கப் பெருமுயற்சி செய்த வண்ணம், கருமையின் சூழ்ச்சிகளை எதிர்த்தவண்ணமே இருக்கிறது. இதில், வெண்மையும் கருமையும் ஒரே மனிதன்தான் என்று கற்பனை செய்து பாருங்கள்! எப்படியிருக்கும்! இதில் எத்தகைய முரண் இருக்கிறது என்று பாருங்கள்!" *(பக்.100—2)*

இப்படி விளையாடி, இவ்வளவுக்கும் மனப்பரப்பில் மட்டும் விளையாடி பயிற்சி பெற்று வந்தது அவரை மனச்சிதைவுக்கு உள்ளாக்கிவிட்டது. "எந்தத் தவறும் செய்யாதபோதிலும் நான் சிறைக்குள் அடைக்கப்பட்டிருந்தேன். மாதக்கணக்காக மிகமிகத் தனிமையை அனுபவித்துக் கொண்டிருந்தேன்... சேகரமாகிக்கொண்டே போகும். கோபத்தை எதன்மீதாவது கொட்ட விரும்பினேன். என்னிடமிருந்ததெல்லாம் என்னை நானே எதிர்த்து விளையாடிக் கொண்டிருந்த அந்த அர்த்தமற்ற அபத்த விளையாட்டுப் போட்டி மட்டுமே. எனவே என்னை நானே பழீதீர்த்துக் கொள்ளும் வெளியே என் முழுமனதையும் ஆக்கிரமித்துக் கொண்டது. ஆட்டுவித்தது. இந்த விளையாட்டுப் போட்டிகளே என் கோபத்தின் வடிகால்களாகியது. என்னை நானே தோற்கடிப்பதில் முழுமூச்சாக இயங்கினேன். எனக்குள்ளிருந்த ஏதோ ஒன்று வெற்றி பெற வேண்டி விரும்பியது. ஆனால் என்னிடமிருந்ததெல்லாம் என்னுடைய அந்த இன்னொரு Ego மட்டுமே. எனவே, என்னை நானே எதிர்த்து வெறியோடு, விளையாடிக் கொண்டிருக்கையில் என்னை, ஒருவிதத் தீவிர மனச்சிதைவுக்குரிய பதற்றம் தொற்றிக்கொண்டது." *(பக். 107—8)*

தன் வாழக்கையை Three Lives என்ற தலைப்பில் சுயசரிதமாக எழுதத்திட்டமிட்டிருந்தார் ஸ்வைக். தன தாத்தாவும் தந்தையும் ஒவ்வொரு வாழ்வினையே வாழ்ந்து முடிக்க, அவரோ மூன்று வாழ்க்கைகள் வாழ்ந்துள்ளதாகக் கருதினார். பிரெஞ்சுப் புரட்சி, நெப்போலியனின் யுத்தம் மற்றும் சீர்த்திருத்த காலம் என அம்மூன்று வாழ்க்கைகளைக் குறிப்பிடுகிறார். ஆனால் அவர் எழுதி முடித்திருந்தது The World of Yesterday. ஆனால் ஆலிவர் மடுஸ்செக் எழுதிய வாழ்க்கை வரலாறு Three Lives என்ற தலைப்பை பெற்றது. ஸ்வைக்கின், The world of yesterdy

அவரது சுயசரிதம் என்பதைவிடவும் அவரது சகாப்தத்தின் கொள்கை அறிக்கை எனப்படுகிறது.

ஃபிராய்டின் உளவியல் ஆய்வுகளைப் பற்றி விரிவாக எழுதியுள்ள அவரும் உளவியலாளர் போல புனைவுகளை உருவாக்கியவர். தானே உளவியல் சிக்கல்களுக்கு உள்ளாகியிருந்தவர். சில விஷயங்களை ரகசியமாக வைத்திருக்க வேண்டிய நிர்ப்பந்தத்தில் இருந்தவர். முதலில் போரினை ஆதரித்து வந்தவர், பின்னர் சமாதானவாதியாக ஆனவர். அதுவும் ஐரோப்பிய சகோதரத்துவத்தை வற்புறுத்தியவர். அதேவேளையில் நாஜிகளை எதிர்த்துப் பொதுவெளியில் பேச மறுத்தவர் / தயங்கியவர். அது யூதர்களுக்கு எதிராகவே வினையாற்றும் என்று கருதியவர். "மற்றவர்களுடைய வாழ்க்கையின் ரகசியங்களை அறிந்து கொள்வதில் அவருக்கிருந்த அளப்பரிய ஆர்வம், தன்னுடைய ரகசியங்களை வெளிப்படுத்துவதில் அவருக்கிருந்த வெட்கம், தன்னைப் பற்றி அவருக்கிருந்த தீராத சந்தேகம்…" அத்துடன் தனது தன்பால்காமத்தை ரகசியமாக வைத்திருக்க வேண்டிய தவிப்பு. இவையெல்லாம் சேர்ந்து அவரை இருமுறை தற்கொலை முயற்சிகளுக்கு இட்டுச் சென்றுள்ளன. இறுதியில் பிரேசிலில் அது நிறைவேறியது.

அவரது எழுத்தில் தற்கொலை அடிக்கடி இடம்பெறுவதால், "அவரது மரணம் அவரால் பலமுறை சொல்லப்பட்டிருந்தது" என்றெழுதியது 'நியூயார்க்கர்'.

1920கள் 30களில் அதிகம் வாசிக்கப்பட்ட, மொழிபெயர்க்கப்பட்ட எழுத்தாளராக விளங்கிய இவர் பின்னர் மறக்கப்பட்டுவிட்டார்.

இவரது 'ராஜவிளையாட்டு' லதா ராமகிருஷ்ணனால் 2012இல் தமிழக்கம் பெற்றுள்ளது.

வீடிழந்த அலைதலில் நீண்டகாலத்தைக் கழித்து சோர்ந்து போயிருக்கிறேன். எங்களுக்கு நிகழ்காலமோ எதிர்காலமோ இல்லை. காதலில் பிணைந்துள்ள நாங்கள் ஒருவரையொருவர் பிரிவதில்லை எனத் தீர்மானித்தோம்" என்கிறது அவரது தற்கொலைக் குறிப்பு.

நாஜிகளின் சித்தாந்தம் ஜெர்மன் மொழியில் கருத்தமைவு பெற்று வரையப் பெற்றது அவரது ரகசியமான வதைத்தெடுக்கும்

அவமானாயிருந்தது. ஷில்லர், கதே, ரில்கேயின் மொழி நாஜிகளால் ஆக்கிரமிக்கப்பட்டு மீட்கமுடியாதபடி குறுகிப் போய்விட்டது என்று கவலைப்பட்டார். இங்கிலாந்து சென்றதும் “நான் பயன்படுத்த முடியாத மொழியில் சிறைப்பட்டிருந்ததாக” உணர்ந்தார்.

பிரெஞ்சு இலக்கியம், ரஷ்ய இலக்கியம் சார்ந்தும் விமரசனக் கட்டுரைகள் பல எழுதியுள்ளார். பால்ஸாக் பற்றி மிக விரிவானதும் ஆழமானதுமான விமர்சன நூல் எழுதத் திட்டமிட்டு, குறிப்புகள் — ஆதாரங்கள் என நிறைய சேகரித்துக் கொண்டிருந்தார். ஆனால் அவரது புலம்பெயர் வாழ்வில் அது சாத்தியமாகவில்லை. டால்ஸ்டாய், தாஸ்தாயெவ்ஸ்கி பற்றி விரிவாக எழுதியுள்ளார். அதுபோலவே ஆங்கில இலக்கியத்தில் டிக்கென்ஸ் பற்றி ஆராய்ந்துள்ளார். தனது நெருங்கிய நண்பர் ஃபிராய்ட் பற்றி அலசி ஆராய்ந்து அவரது ஆளுமையை வெளிப்படுத்தியுள்ளார். ஃபிராய்டின் கடைசி ஆண்டில் அவரை அடிக்கடி சந்தித்து உரையாடி வந்த அவர், இப்படியொரு சித்திரத்தைத் தீட்டிக்காட்டுகிறார்:

“அவரது அறையில் நுழைவது, வெளிஉலகின் பைத்திய நிலையை மூடிவிட்டு வருவது போலிருந்தது. பயங்கரமாய் இருந்துவந்தது சூக்குமநிலைக்குத் திரும்பிட, குழப்பம்தானே முடிவுற்றது. உண்மையான ரிஷியை சந்தித்தது போலிருந்தது. வலியோ மரணமோ அவருக்கு தனிப்பட்ட அனுபவமாயில்லாமல், பரிசீலனைக்கும் சிந்தனைக்கும் உரியனவாயிருந்தது. இரவில் வலியால் துடித்து தூக்கமின்றி இருந்தாலும் அவர் தூக்க மாத்திரைகள் எதுவும் எடுத்துக்கொள்ளாது எண்பது வயதுவரை திண்மையுடன் காணப்பட்டார். இத்தகு நிவாரணத்தின் ஒருமணிநேர ஆறுதலுக்காக அவர் தனது மனதின் தெளிவை இழக்கவிரும்பவில்லை. அவரின் கண்ணும் மனதும் இறுதிவரை தெளிவோடு இருந்தன. ஒருமுறை சால்வடார்டாலியை என்னுடன் அழைத்துச் சென்றிருந்தேன். ஃபிராய்டுடன் நான் பேசிக் கொண்டிருக்க, டாலி வரைந்துகொண்டிருந்தார். அச்சித்திரத்தில் மரணம் கலந்திருந்தது...”

இரண்டு உலகப் போர்களை கவனித்திருந்த அவர் முதல் உலகப்போரில் வார்த்தை இன்னும் ஆற்றல் பெற்றிருந்தது, பொய்கள் பிரசார அமைப்பால் இன்னும் கொல்லப்படவில்லை. 1939லோ எந்தவொரு எழுத்தாளரின் பிரகடனமும் நல்லதோ கேடோ செய்திடும் திராணி கொண்டதாக இல்லை; இதுவரையிலும் எந்த நூலும், பிரசுரமும், கட்டுரையும்

கவிதையும் மக்களிடம் கவனம் ஏற்படுத்தவில்லை”.

தன் அசாதாரண வாழ்வின் நெருக்கடிகளிலிருந்து சக ஆளுமைகளின் உள்ளக்கிடக்கைகளிலிருந்து இலக்கியப் பிரதிகளின் ஆழங்களிலிருந்து சகாப்தங்களின் போக்குவரை அவரால் நேர்மையுடனும் பாரபட்சமின்றியும் பதிவு செய்ய முடிந்தது. எப்படி என்று அவரின் சுயசரிதை எனக் கருதத்தக்க The world of yesterday-யில் விவரிக்கிறார்.

“...ஓர் ஆஸ்திரியனாக, யூதனாக, எழுத்தாளனாக, மனிதாயவாதியாக, சமாதானவாதியாக நான் எப்போதும் இந்நிலநடுக்கங்கள் மிக ஆவேசமாக இருந்துள்ள புள்ளிகளிலே இருந்துள்ளேன். அவை மூன்று முறை என் இல்லத்தையும் இருப்பையும் தூக்கி எறிந்துள்ளன. கடந்த காலத்திலிருந்தும் அனைத்திலிருந்தும் என்னை வீசியெறிந்துள்ளன, வெற்றிடத்திற்குள் தள்ளியுள்ளன. இதன்பொருட்டு நான் வருந்த வில்லை. வீடில்லாதவன் ஒருவிதத்தில் சுதந்திரமடைகிறான்; அனைத்துப் பந்தங்களையும் இழந்தவனே உள்நோக்கம் கொண்டிருப்பதில்லை.”

ஆதாரங்கள்

1. ராஜவிளையாட்டு / ஸ்டீஃபான் ஜ்ஸ்வேஸ்க் / தமிழில்: லதா ராமகிருஷ்ணன் / புதுப்புனல், 2012.
2. The Penguin Book of Interviews / Ed by Christopher Silvester / Penguin Books. 1993.
3. www.bbc.com
4. www.newyorker.com
5. The Invisible collection / www.documenta
6. The world of yesterday / stefan zweig / cassel & company.Ltd., 1947 (1943).
7. Kaleidoscope one /stefan Zweig/ Tr from Guman by Eden and cedar Paul.
8. எமிலிக்காக ஒரு ரோஜா / தொகுப்பு— சா.தேவதாஸ் / ஆழி. 2012,
9. psycho.com

குறிப்பு

1922இல் ஆஸ்திரிய எழுத்தாளர் ஸ்டீபன் ஸ்வேய்க் ஜெர்மனியில் எழுதிய குறுநாவல் இது. கடித வடிவில். நூறு ஆண்டுகள் நினைவுறும் 2022இல் தமிழில் தரப்படுகிறது.

காதல் கதைகளில் ஒன்று. ஆனால் அசாதாரண காதல். அதற்காக தெய்வீகக் காதலுமில்லை. இக்காதலில் உடலுமிருக்கிறது. உள்ளமும் இருக்கிறது. ஆன்மாவும் இருக்கிறது.

காதல் கொள்ளும் 13 வயது சிறுமி, காதல் கொள்கிறாள் ஆனால் காதலிக்கப்படவில்லை. என்றாலும் அவளுக்கு தன் காதலனின் ஆளுமைமீது மதிப்பு குறையாமல் உயர்ந்த இடத்திலேயே வைத்துள்ளார். மூன்றே முறைகள்தான் சந்தித்துள்ளனர். ஒரு ஆண் குழந்தையைப் பெற்றெடுக்கிறார். தனியே வளர்த்து வரும்போது கடும் காய்ச்சல் கண்டு குழந்தை இறந்துபோகிறது. தன் காதலனுக்கு அப்போது கடிதம் எழுதுகிறார். அதுவரையிலான தன் வாழ்க்கை நிகழ்வுகளை, சஞ்சலங்களை, போராட்டங்களை விவரித்து கூடுவே தனக்குக் கிடைத்திருப்பது உன்னதமான காதல் என்பதையும் தவறாமல் குறிப்பிடுகிறார். கடிதத்தை காதலன் வாசிக்கின்ற வேளையில் அவள் உயிருடனில்லை என்பது வாசகனுக்குப் புரிகின்றது.

தனக்கு மட்டுமே தன் காதலன் உரிமையுள்ளவனாக தன்னை உடைமைகொண்டவனாக இருக்க வேண்டும் என்பதுதான் பொதுவான பிரச்சினை. இங்கே தன் காதலன் கிடைக்காதது பற்றியோ தன்னைப் பராமரித்து வராதது பற்றியோ அவனது பிற உறவுகள் பற்றியோ எல்லாம் அவளுக்கு ஆட்சேபனைகள் இல்லை. தன்னை இறுதிவரை அடையாளங்காணவில்லை என்பதே அவள் நெஞ்சில் முள்ளாக வதைத்து வருகின்றது.

காதலனுக்காக புத்தகங்கள் வாசிக்கின்றாள். இசையை நேசிக்கிறாள். காதலன் உடனில்லாத வாழ்வில் குழந்தை வடிவில் அவன் இருப்பதாக பாவித்து நிறைவடைகிறாள். அதுவும் மடியும் வேளையில் தான் கடிதமே எழுதுகிறாள்.

ஏன்?

"காதல் என்கிறது ஒரு ஜடப்பொருளா அல்லது சொத்தா? தங்க நகையா? அதை ஒருத்தர்கிட்டேயிருந்து எடுத்து இன்னொருத்தர் கிட்டே கொடுக்க முடியுமா? அது ஓர் ஒளி... புத்தியின் ஒளி. ஞானத்தின் ஒளிபோல் காதலும் ஓர் ஒளி... அது எல்லாப் பொருள்களோட உண்மை உருவத்தைக் காட்டும். இந்த ஒளியில் மூணு உலகத்திலும் அன்பு நிறைஞ்சுபோகும்... விரும்பப்படாத பொருட்களும் அன்புக்குரியதாகும்" *(மைத்ரேயி தேவி / கொல்லப்படுவதில்லை / சாகித்திய அக்காதெமி, 2000)*

அறிந்திராத யுவதியிடமிருந்து கடிதம்

ஸ்டீபன் ஸ்வேஸ்க்

புகழ்வாய்ந்த நாவலாசிரியர் ஆர். இன்று அதிகாலையில் மலைகளுக்கு மூன்றுநாள் சுற்றுலா சென்றுவிட்டு, வியன்னாவுக்கத் திரும்பி, ரயில் நிலையத்தில் செய்தித்தாள் வாங்கியபோது, அன்றைய தேதியைக் கவனித்ததும் அது அவரது பிறந்தநாள் என்பது ஞாபகப்படுத்தப்பட்டது. சட்டென அவர் கணக்கிட்டதும் அது அவரின் 41வது பிறந்த நாளாயிருந்தது. அது அவரை திருப்திப்படுத்தவுமில்லை அதிருப்திப்படுத்தவும் இல்லை. செய்தித்தாளின் பக்கங்களை வேகமாகப் புரட்டியதும், தனது அடுக்ககம் செல்ல ஒரு வாடகைக் காரை அமர்த்தினார். அவர் தன் இல்லத்தில் இல்லாதபோது இரு பார்வையாளர்கள் வந்ததையும் பல தொலைபேசி அழைப்புகள் இருந்ததையும் தெரிவித்து அவரது வேலையாள், வந்திருந்த கடிதங்களை ஒரு தட்டில் எடுத்து வந்தான். அவற்றை சாதாரணமாக நோக்கிய அவர் தான் ஆர்வங்கொண்டிருந்தவர்களின் இரு கடித உறைகளைப் பிரித்துப் பார்த்தார்; சற்று நீளமாயும் அவர் அடையாளங்காண முடியாத

கையெழுத்திலுமிருந்த கடிதத்தை, ஒரு கணம் ஓரமாக வைத்தார். இதற்கிடையே வேளையாள் தேநீர் கொண்டுவந்தான்; சாய்வுநாற்காலியில் ஆசுவாசமாக அமர்ந்துகொண்டு, செய்தித்தாளைத் திரும்பவும் புரட்டிவிட்டு, மற்ற அச்சிட்ட விபரங்களைப் பார்த்ததும், சுருட்டினை பற்றவைத்துக்கொண்டு, ஓரமாக வைத்திருந்த கடிதத்தை எடுத்தார்.

சுமார் இரண்டு டஜன் காகிதங்களிலிருந்த அது, கடிதம் என்பதை விடவும் கையெழுத்துப் படியாகத் தோன்றியது; பரபரப்பான மனநிலையில், அவர் அறிந்திராத யுவதியின் கையால், எழுதப்பட்டிருந்தது. விளக்கக் குறிப்பினைத் கவனிக்கவில்லையோ எனகடித உறையைச் சரிபார்த்தார். ஆனால் அதில் வேறெதுவும் இல்லாததுடன், அனுப்பியவரை அடையாளங் காட்டிடும் முகவரியோ கையொப்பமோ கடிதத்தில் இல்லை. விசித்திரம் என்றெண்ணிய அவர், மீண்டும் கடிதத்தை எடுத்தார். கடிதம் இப்படி ஆரம்பித்தது. “என்னை அறிந்திராத உங்களுக்கு” அது அவருக்கு மரியாதையைத் தெரிவிப்பதாகவும் சவால் விடுவதாயும் இருந்தது. வியப்பில் ஒரு கணம் இருந்தார்; இக்கடிதம் உண்மையிலேயே அவருக்கு முகவரி இட்டிருந்ததா அல்லது கற்பிதமான ஒருவருக்கா? சட்டென்று அவரது குறுகுறுப்பு எழுந்தது. அவர் வாசிக்கத் தொடங்கினார்.

நேற்று குழந்தை இறந்துவிட்டது— அச்சின்னஞ்சிறு தளிருக்காக மூன்று இரவுகள்— பகல்களாக அல்லாடினேன், காய்ச்சல் அவ்விளம்பிஞ்சை வாட்டி வதைக்கையில், 40 மணிநேரம் அதன் படுக்கையோரம் அமர்ந்திருந்தேன். அதன் நெற்றியில் ஒத்தடமிட்டு, நடுங்கும் சின்னஞ்சிறு கரங்களை இரவு பகலாகப் பற்றியிருந்தேன். மூன்றாம் நாள் மயங்கி விழுந்தேன். என் கண்களைத் திறக்க முடியாதுபோனது; அவை மூடியிருந்ததை அறியாது இருந்திருக்கிறேன். மூன்று மணிக்கும் மேலாக என் நாற்காலியில் இருந்தபடி நான் தூங்கிவிட, அவ்வேளையில் மரணம் அவனை கைக்கொண்டது. இப்போது அப்பரிதாபமான சிறுவன் தனது சின்னஞ்சிறு குழந்தைப் படுக்கையில் கிடக்கிறான்— அவன் இறந்தது போன்றே; அவனது இருண்ட விழிகள் மூடியும், கைகள், வெள்ளைச் சட்டைமீது மடித்துமிருக்க, நான்கு மெழுகுவர்த்திகள் படுக்கையின் நான்கு மூலைகளில் எரிந்துகொண்டிருந்தன. மெழுகுவர்த்தியின் நடுங்கும் நிழல்கள் அவன் முகம் மீதும் மூடிய வாய் மீதும்

படிய, நான் பார்க்கத் துணியவில்லை, நாற்காலியிலிருந்து அசைந்திடத் துணியவில்லை; அவன் இறக்கவில்லை, எழுந்து வந்து இனியதும் குழந்தைத் தனமுமானதை தன் தெளிவான குரலில் மிழற்றுவான் என்று நான் எண்ணும்படிக்கு அவனது அங்கங்கள் அசைந்தன போலிருக்கிறது. ஆனால் அவன் இறந்துவிட்டான், நம்பிக்கை மற்றும் இனிவரும் ஏமாற்றத்தினை எதிர்த்து ஆயுதபாணியாவேன், மீண்டும் அவனைப் பார்க்கமாட்டேன். அது நிஜமென்பதை அறிவேன், நேற்று என் குழந்தை இறந்துபோனதை அறிவேன் — இப்போது என் வசம் இவ்வுலகில் இருப்பது நீங்களே, என்னைப் பற்றி உங்களுக்கு எதுவும் தெரியாது, எந்தக் கவலையுமின்றி இவ்வுலகில் மனிதர்களுடனும் பொருட்களுடனும் சல்லாபித்தபடி, நீங்கள் உல்லாசமாயிருக்கிறீர்கள். என்வசம் இருப்பது நீங்கள் மட்டுமே, உங்களையே எப்போதும் நேசித்துள்ளேன், என்னை ஒருபோதும் அறியவில்லை நீங்கள்.

இப்போது நான் எழுதிக்கொண்டிருக்கும் மேசைமீது அய்ந்தாவது மெழுகுவர்த்தியை எடுத்துவைத்துள்ளேன். என் இருதயத்திலிருந்து அழுதுதீர்க்காமல், இறந்துவிட்ட என் குழந்தையுடன் என்னால் தனித்திருக்க இயலாது; எனக்கு எல்லாமுமாக இருந்த, இருக்கின்ற உங்களிடமல்லாமல் வேறு யாரிடம் இப்பயங்கர வேளையில் பேசுவேன்? உங்களிடம் என்னால் தெளிவுபட பேசமுடியாது போகலாம், நீங்கள் என்னைப் புரிந்துகொள்ளாது போகலாம். என் சிந்தை மந்தமாகிவிட்டது, என் கன்னங்கள் துடித்து அடித்துக் கொள்கின்றன, அங்கங்கள் கடுமையாக வலிக்கின்றன. நானே காய்ச்சல் கொண்டுள்ளதாக நினைக்கிறேன். இந்நகர்ப்பகுதியில் துரிதமாகப் பரவுகின்ற இன்ஃபுளுயன்ஸா எனக்கும் தொற்றியிருக்கும், அதுபற்றி எனக்கு மகிழ்ச்சியே. ஏனெனில் அப்போதுதான் எனக்கு வன்முறை இழைக்காமல், என் குழந்தையுடன் நான் போய்ச் சேரமுடியும். சில வேளைகளில் எல்லாமும் என் கண்கள் முன்னே இருண்டு போகின்றன. ஒருவேளை இக்கடிதத்தை என்னால் முடிக்க முடியாது போகலாம் — என்னை ஒருபோதும் அறிந்திராத நேசரே, இந்த ஒருமுறை உங்களிடம் பேசிவிடவேண்டும் என்பதற்காக என் திராணியையெல்லாம் திரட்டிக் கொண்டிருக்கிறேன்.

உங்களிடம் மட்டுமே பேசுகிறேன்; முதல் முறையாக அனைத்தையும் சொல்லிவிடுகிறேன், என் வாழ்வின்

முழுக்கதையையும் — நீங்கள் அறியாதிருப்பினும், அது எப்போதும் உங்கள் கதை. ஆனால் நான் இறக்கும்போதே என் ரகசியத்தை அறிவீர்கள். அப்போது நீங்கள் எனக்குப் பதிலளிக்க வேண்டியிருக்காது, அப்போது என்னூடே சூடான — சில்லிட்ட நடுக்கங்களைத் தந்து கொண்டிருப்பது முடிவுக்கு வரும். நான் வாழ்ந்துகொண்டிருக்க வேண்டுமாயின், இக்கடிதத்தை கிழித்தெறிந்துவிட்டு, எப்போதும் நான் என் நிசப்தத்தைக் காப்பாற்றி வந்துள்ளது போல் இருந்துவிட வேண்டும். இருப்பினும், இதனை உங்கள் கைகளில் வைத்திருந்தால், இதன் பக்கங்களில், இறந்துபோன ஒருத்தி தன் வாழ்க்கைக் கதையை உங்களிடம் சொல்லிக்கொண்டிருப்பதை அறிந்து கொள்வீர்கள் — அவளது முதலாவது விழிப்பு வேளையிலிருந்து இறுதிவரையில் உங்களுடையதான கதை அது. என் வார்த்தைகளால் அஞ்ச வேண்டாம்; இறந்துவிட்டவள் நேசத்தையோ அனுபதாபத்தையோ ஆறுதலையோ வேண்டுவதில்லை. உங்களிடமிருந்து ஒன்றை மட்டுமே வேண்டுகிறேன். உங்களிடம் புகலிடம் தேடி, என் வலி உங்களிடம் கூறுகின்ற ஒவ்வொன்றையும் நம்பவேண்டும் என்று வேண்டுகிறேன். நான் வேண்டுவதெல்லாம் அதனை மட்டுமே என்பதை நம்புங்கள்; ஒரே குழந்தையின் மரணவேளையில் யாரும் பொய்யுரைப்பதில்லை.

என் வாழ்வின் முழுக்கதையினையும் கூறுவேன், உங்களை நான் சந்தித்த அன்றே உணமையாகத் தொடங்கிய வாழ்வு அது. அதற்கு முன்னர் கலங்கிய குழப்பம் மட்டுமே, அதற்குள் என் ஞாபகம் மீண்டும் நுழைந்ததில்லை. தூசுபடிந்த சிலந்திவலை பின்னிய பழுப்பான பொருட்களும் மக்களும் மண்டிய நிலவறை அது. இப்போது என் இருதயத்திற்கு அதுபற்றி ஒன்றும் தெரியாது. நீங்கள் வந்தபோது எனக்குப் பதின்மூன்று வயது, இப்போது நீங்கள் வசிக்கின்ற அடுக்கத்தில் வாழந்து கொண்டிருந்தேன். என் இறுதிச் சுவாசமான என் கடிதத்தை உங்கள் கைகளில் பற்றியிருக்கின்ற அதே கட்டிம்தான். உங்கள் அடுக்கக வாயிலுக்கு நேர் எதிரேயுள்ள நடைபாதையில் வசித்துக் கொண்டிருந்தேன். ஒரு கணக்காளரின் வறுமைக்குள்ளான விதவையையும் (என் அம்மா எப்போதும் துயரத்திலேயே இருந்தாள்) அவளது மெலிந்த பதின்பருவ மகளையும் ஞாபகத்தில் வைத்திருக்க மாட்டீர்கள் என்பது நிச்சயம்; எங்கள் பெயரைக்கூட கேள்விப்பட்டிருக்க்க மாட்டீர்கள், ஏனெனில் எங்கள் அடுக்ககக் கதவில் பெயர்ப்பலகை இருக்காது. எங்களைத் தேடி யாரும்

வருவதில்லை. இதெல்லாம் 15/16 ஆண்டுகளுக்கு முன்னர்; இதுபற்றி எதுவும் உங்களுக்கு நினைவிருக்காது. ஆனால் நானோ ஒவ்வொரு விபரத்தையும் வேட்கையுடன் நினைத்துப் பார்க்கிறேன். நேற்றைக்குப் போல, அந்நாளினை நினைத்துப் பார்க்கிறேன். இல்லை, முதலமுறை உங்கள் குரலைக்கேட்டு, உங்கள்மீது பார்வை பதித்த அவ்வேளையினையே நினைத்துப் பார்க்கிறேன். எப்படி நினைக்காது இருக்க முடியும்? அப்போதுதான் இவ்வுலகம் ஆரம்பம் கொண்டது எனக்கு. பிரியமானவரே, முழுக்கதையினையும் ஆரம்பத்திலிருந்து கூற அனுமதியுங்கள். என் ஆயுளெல்லாம் உங்களை நான் நேசிப்பதில் சோர்ந்து போகாதிருக்கையில், கால்மணிநேரம் நான் கூறுவதைக் கேட்பதில் சோர்வடைந்துவிட வேண்டாம் என்று மன்றாடுகிறேன்.

எங்கள் கட்டிடத்திற்கு நீங்கள் வருவதற்கு முன், அருவருப்பான அற்பமான சச்சரவு நிறைந்தவர்களின் குடும்பம் ஒன்று, உங்கள் அடுக்கக வாயிலுக்குப் பின்னே வசித்துவந்தது. வறியவர்களான அவர்கள், மிகவும் வெறுத்தது, அடுத்த வாயிலில் இருந்த எங்களது வறுமையைத்தான். ஏனெனில் நாகரிகமற்ற ஆபாசமான போக்குடைய அவர்களுடன் நாங்கள் தொடர்புவைத்துக் கொள்ள விரும்பவில்லை. குடிகாரராகிய அவர் தன் மனைவியை அடித்தார்; இரவில் நாற்காலிகள் வீசப்படுகின்றதும் பாத்திரங்கள் நொறுங்குவதுமான இரைச்சலில் விழித்து விடுவோம்; ஒருமுறை அக்குடிகாரர் திட்டியபடி துரத்திவர, அவர் மனைவி கூந்தல் கலைந்தபடி காயம்பட்டு ரத்தம் சொட்ட, படிகளில் இறங்கிவர, அண்டை வீட்டுக்காரர்கள் அவரை போலீசில் ஒப்படைத்து விடுவதாக மிரட்டினார்கள். ஆரம்பத்திலிருந்து அவர்களுடனான தொடர்பைத் தவிர்த்திருந்த என் அம்மா, அவர்கள் குழந்தைகளுடன் நான் பேசுவதை விலக்கினார். அக்குழந்தைகளோ கிடைத்த சந்தர்ப்பத்தில் என்மீது பாயத்தயாராயிருந்தனர். வீதியில் என்னைப் பார்த்தால் திட்டினர், ஒருமுறை பனிக்கட்டிகளை அவர்கள் என்மீது எறிய, என் நெற்றியிலிருந்து ரத்தம் கொட்டியது. உள்ளுணர்வின்படி ஒட்டுமொத்த கட்டிடமே அக்குடும்பத்தை வெறுத்தது; திடீரென ஏதோவொன்று நிகழ்ந்ததும் அவரை திருட்டுக்காக சிறையிலடைத்தனர் என்றெண்ணுகிறேன். பெட்டி படுக்கையுடன் அவர்கள் வெளியேற, நாங்கள் பெருமூச்செறிந்தோம். சில தினங்களுக்குப்

பிறகு வாடகைக்கு அறிவிப்புப் பலகை அவ்வீட்டு வாயிலில் தொங்கியது; அப்புறம் அது இல்லை; தனியொரு கனவானும் எழுத்தாளரும் அமைதியானவருமான ஒருவர், அவ்வடுக்கத்திற்கு வரப்போவதாக அறிந்தோம். அப்போதுதான் உங்கள் பெயரை நான் முதலில் கேள்விப்பட்டது.

சில தினங்களில், அவ்வடுக்கத்தின் பழைய நபர்கள் விட்டுச்சென்ற தடயங்களை அகற்றிட, வண்ணம் பூசுவோர், அலங்கரிப்பவர், சுவர்க் காகிதம் பதிப்போர் என வந்து சேர்ந்தனர், அடித்து தேய்ப்பதும் சுரண்டுவதும் பூசுவதுமாக அமளிதுமளிப்பட்டது, என் அம்மாவுக்குச் சந்தோஷம். கடைசியில் அக்கட்டிடத்தின் அமர்க்களம் முடிவுக்கு வந்தது என்றாள். நீங்கள் அங்கு குடிவந்தபோதுகூட நான் நேருக்கு நேராகப் பார்த்ததில்லை; இவ்வேலைகளையெல்லாம் உங்களது பணியாளர் கண்காணித்தார். சிறியவராக, தீவிரம் மிக்கவராக இருந்த அவர் கனவானின் கனவான்; தனக்கேயுரிய அமைதியான உயரிய வழிமுறையில் இவ்வேலைகளை நடக்கச் செய்தார். எங்களனைவராலும் ஈர்க்கப்பட்டார். ஏனெனில் எங்கள் நகர்ப்புற அடுக்கத்தில் கனவானின் கனவான் என்பது முற்றிலுமு புதிது; இன்னொன்று, மற்ற பணியாளர்களுக்குச் சமமாகத்தன்னை நிறுத்திக் கொள்ளாமல், பெரிதும் மரியாதை காட்டினார்; அவர்களுள் ஒருவராக பேசிப்பழகினார். முதல் நாளிலிருந்தே ஒரு சீமாட்டிக்குரிய மரியாதையுடன் என் அம்மாவை அழைத்தார்; சின்ன வாலாகிய என்னுடனும் நட்பார்ந்து காணப்பட்டார். உங்கள் பெயரினை உயரிய கவனத்துடன் உச்சரித்தார். ஒரு வேலையாள்தன் எஜமானனைப் பற்றி எண்ணுவதை விடவும் பன்மடங்கு உயர்வாக அவர் எண்ணியதை யாராலும் சொல்ல முடியும். உங்களுக்கு சேவை புரிந்திட எப்போதும் அவர் உங்களுடன் இருப்பது கண்டு நான் பொறாமை கொண்டாலும், வயதான அந்நல்ல ஜோஹன்னை பெரிதும் விரும்பினேன்.

பிரியமானவரே, இச்சிறிய, முட்டாள்தனமான விஷயங்களையெல்லாம் உங்களிடம் ஏன் கூறிக்கொண்டிருக்கிறேன் என்றால், அப்போது வெட்கப்படுகின்ற சிறுமியாக இருந்த என்னிடம், முதலிலிருந்தே இத்தகைய செல்வாக்கு கொண்டிருந்தீர்கள் என்பதைப் புரிந்து கொள்வதற்காக. நீங்கள் என் வாழ்வில் இடம்பெறும் முன்னரே, சாதாரணமானதிற்கு அப்பால், மர்மமிக்கதான உங்கள்

செல்வங்களை நினைவூட்டிடும் ஒளி நிலவிற்று. அச்சிறிய நகர்ப்புற அடுக்கத்திலிருந்த அனைவரும் நீங்கள் வருவதற்காக பொறுமையின்றிக் காத்திருந்தோம். (குறுகிய வாழ்வு வாழ்வோர் தம் வாயில் படிக்கட்டிகளிலான எந்தவொரு புதுமையிலும் எப்போதும் குறுகுறுப்பு கொண்டிருந்தனர்). ஒரு பிற்பகலில் பள்ளியிலிருந்து வந்திருந்த நான் உங்களைப் பார்ப்பதற்கு எவ்வளவு குறுகுறுப்பு கொண்டிருந்தேன்! சரக்கு வாகனம் ஒன்று நின்றிருந்தது. மேசை — நாற்காலிகள், கனமான பொருட்களெல்லாம் இறக்கப்பட்டிருக்க, சின்னஞ்சிறு பொருட்களைச் சுமந்து வந்தனர்; எல்லாவற்றையும் கண்டு அதிசயப்படும் பொருட்டு வாயிலருகே நின்றிருந்தேன். உங்களது உடைமைகளெல்லாம் சுவையான வகையில் வேறுபட்டிருந்தமையால். இந்தியச் சிலைகள், இத்தாலியச் சிற்பங்கள், அழுத்தமான வண்ணங்களிலான சித்திரங்கள், ஏராளமான அழகிய புத்தகங்கள் என. உங்கள் பணியாளர் அவற்றைத் தூசி தட்டி அடுக்கிக் கொண்டிருந்தார். உயர்ந்து கொண்டிருந்த இக்குவியல்களை ஆர்வத்துடன் நான் சுற்றி வந்தபோது, அவர் என்னை விரட்டியடிக்கவுமில்லை, ஊக்குவிக்கவுமில்லை; எனவே நான் எதனையும் தொட்டுப் பார்க்கவில்லை. புத்தகங்களின் மிருதுவான தோல் கட்டுமானங்களைத் தொட்டுப்பார்ப்பது எனக்குப் பிடித்திருந்தபோதும். தலைப்புகளை மட்டும் நோட்டமிட்டேன். பிரெஞ்சு, ஆங்கில நூல்கள் சில இருந்தன் எனக்குத் தெரியாத மொழிகளில் பல நூல்கள். பல மணிநேரம் அவற்றைப் பார்த்துக்கொண்டிருந்த என்னை என் அம்மா கூப்பிட்டாள்.

அன்று மாலை முழுதும் உங்களைப் பற்றி என்னால் சிந்திக்காது இருக்க முடியவில்லை, இன்னும் எனக்கு உங்களைப் பற்றித் தெரிந்திருக்கவில்லை. என்னிடமிருந்து மோசமான அட்டைகள் போட்டிருந்த ஒரு டஜன் புத்தகங்கள் ஆனால் அவற்றை வேறு எதனையும் விட மேலாக நேசித்த நான், திரும்பத் திரும்ப வாசித்தேன். இவ்வளவு அதிசயமான புத்தகங்களையெல்லாம் உரிமையாக்கி வாசித்துள்ளவர் செல்வந்தராயும், அதேவேளையில் கற்றிருந்தவராயும் இருப்பவர். எப்படிப்பட்டவர் என்று ஆச்சரியப்படுவதை என்னால் தவிர்க்க முடியவில்லை. அப்புத்தகங்களையெல்லாவற்றையும் பற்றி நான் சிந்தித்தபோது என் மனதில் இயற்கைதாண்டிய பிரமிப்பு நிலவியது. உங்களுக்கு உருக்கொடுத்திட முயன்றேன்; எங்களது புவியியல் ஆசிரியரைப்போன்று நீண்ட வெண்தாடியும்

கண்ணாடியும் கொண்ட வயதானவராக இருந்தீர்கள்; ஆனால் பெரிதும் அன்புடையவராக நல்லதோற்றம் உள்ளவராக சிறந்த குணமிக்கவராக இருந்தீர்கள். வயதானவராக உங்களை நினைத்தபோதும், நல்ல தோற்றமுள்ளவராக இருக்கவேண்டும் என உறுதிகொண்டது. ஏன் என எனக்குத் தெரியவில்லை.

இவ்வளவு ஆண்டுகளுக்கு முன்னர், நான் உங்களைக் கனவு கண்ட முதலிரவு அப்போதுதான், இன்னும் உங்களைத் தெரிந்திருக்காத வேளை அது.

மறுதினமே வந்துவிட்டீர்கள், எவ்வளவோ உளவு பார்த்தும் இன்னும் உங்களைக்காண இயலாது போயிற்று. என் குறுகுறுப்பை அது அதிகரிக்கவே செய்தது. ஒருவழியாக, மூன்றாம் நாளன்று நான் உங்களைப் பார்த்துவிட்டேன், தந்தையாகிய கடவுளை ஒத்திருப்பவராக உள்ள என் குழந்தைப் பருவ படிமத்துடன் சற்றும் தொடர்பின்றி, அவ்வளவு மாறுபட்டவராக உங்களைப் பார்த்தது என்ன ஆச்சரியம். அன்பான, கண்ணாடி அணிந்த வயதானவரை கனவு கண்டிருந்தேன், இன்றைக்கு இருப்பதுபோலவே அச்சு அசலாக அப்படியே இருந்தீர்கள். மாறுதலுககு எதிரான சான்றாக இருந்தீர்கள், ஆண்டுகள் உங்களிடமிருந்து நழுவிப்போயின! சாதாரண சூட்டினை அணிந்திருந்தீர்கள். ஒப்பிடமுடியாதபடி சிறுவனுக்குரிய வகையில் லேசான தன்மையில் இரண்டு படிகளாக எட்டுவைத்து மாடிக்குப் போனீர்கள். விவரிக்க முடியாத திகைப்புடன் நான் பார்த்துக்கொண்டிருக்க, தொப்பியினை கையில் ஏந்திச் சென்றீர்கள்; பிரகாசமும் உயிரோட்டமும் கொண்ட முகத்தையும் இளமையான முடிநிறைந்த தலையையும் கண்டு அதிசயித்தேன். எவ்வளவு இளமை, எவ்வளவு பொலிவு, எவ்வளவு குழைவு, எவ்வளவு நேர்த்தி கொண்டிருந்தீர்கள் என. அது விசித்திரமல்லவா? அம்முதல் விநாடியில், ஒவ்வொருவரையும் போலவே, உங்களது பண்பு நலனிலான தனித்துவ அம்சத்தைக் கண்டு வியப்படைந்தேன். ஒரே சமயத்தில் இருவராக இருந்தீர்கள். வாழ்வை எளிதாக எடுத்துக்கொண்டு, விளையாட்டிலும் சாகசத்திலும் திளைக்கும் உற்சாகமான இளைஞர் ஒருவர், ஆனால் அதேவேளையில், உங்கள் கடமையை உணர்ந்து நன்கு கற்றறிந்து தீவிரமிக்கவராக உங்கள் கலையில் ஈடுபடும் ஒருவர். பிரகாசமானதும் உலகிற்கு திறந்திருப்பதுமான ஒரு பக்கத்தையும், உங்களுக்கு மட்டுமே தெரிந்துள்ள இருண்ட

இன்னொரு பக்கத்தையும் உடைய இரட்டை வாழ்வை நடத்துகிறீர்கள் என ஒவ்வொருவரையும் போலவே என்னை அறியாது உணர்ந்தேன். முதல் பார்வையிலேயே மாயமாக ஈர்க்கப்பட்டிருந்த எனது 13 வயது அகம், அவ்வாழ்வு வாழ்ந்த இரட்டைத்தன்மையை, உங்கள் தன்மையின் ரகசியத்தை உணர்ந்திருந்தது.

பிரியமானவரே, ஒரு குழந்தையாக எனக்கு எத்தகைய அதிசயமாக, வசீகரிக்கும் புதிராக இருந்தீர்கள் என்பதை இப்போது புரிந்துகொள்கிறீர்களா? அவர் புத்தகங்கள் எழுதியுள்ளார், அம்மாபெரும் உலகில் புகழ்வாய்ந்தவர் என்பதற்காக நான் போற்றிய மனிதர், நேர்த்தியான, உற்சாகமிக்க 25 வயது இளைஞரென்று திடீரென்று கண்டறிந்தேன்! அந்நாளிலிருந்து உங்களைத் தவிர, வீட்டில் எதுவும், வறுமைப்பட்ட என் ஒட்டுமொத்த குழந்தைப் பருவ உலகில் அக்கறைமிக்கவராக இல்லை என நான் உங்களிடம் சொல்லத் தேவையில்லை. பிடிவாதத்துடன், 13 வயது யுவதியின் துருவி ஆராய்கின்ற விடாமுயற்சியுடன் உங்களை மட்டுமே, உங்கள் வாழ்வை மட்டுமே எண்ணிப் பார்த்தேன். உங்கள் பழக்கவழக்கங்களை, உங்களைப் பார்க்க வந்தவர்களை உற்றுநோக்கினேன்; உங்களைப் பற்றின ஆர்வம் அதிகரித்ததேயொழிய அடங்கமறுத்தது, ஏனெனில் உங்கள் இயல்பின் இரட்டைத் தன்மை, வந்துபோன பார்வையாளர்களின் பல்வேறான இயல்பில் வெளிப்பட்டது. உற்சாகத்துடன் நீங்கள் சிரித்துப் பேசிய இளைஞர்கள், குதூகலமான மாணவர்கள், கார்களில் வந்த சீமாட்டிகள், இசை நாடக இல்ல இயக்குனர், தொலைதூரத்திலிருந்தே நான் பார்த்த இசை நடத்துநர், வெட்கத்துடன் உங்கள் இல்லத்தில் நுழைந்த மாணவிகள், ஏராளமான பெண்கள் என. ஒரு காலைவேளையில் நான் பள்ளிக்குப் போகும் வழியில், உங்கள் அடுக்கத்திலிருந்து முகத்திரையணிந்த மாது ஒருத்தி கிளம்பியதைப் பார்த்தபோது கூட, அதுபற்றி தனிச்சிறப்பாக நான் எண்ணவில்லை. பதின்மூன்று வயதுதானே எனக்கு, உங்கள் வாழ்வை வேட்கைமிக்க ஆர்வத்துடன் உளவறிந்து பார்த்ததும் காத்திருந்ததும், நேசமாக தன்னைக் கண்டுகொள்ளவில்லை.

ஆனால் பிரியமானவரே, என் இருதயத்தை எப்போதைக்குமாக உங்களிடம் இழந்துவிட்ட நாளினையும் வேளையினையும் இன்னும் ஞாபகத்தில் வைத்துள்ளேன்.

பள்ளிச் சிநேகிதி ஒருத்தியுடன் நடந்து கொண்டிருந்தேன், சிறுமிகளான நாங்கள் ஒரு கட்டிடத்தின் முன்நின்று பேசிக்கொண்டிருந்தபோது, ஒரு கார் வந்து நின்றது. பொறுமையின்றி தாவி வந்தீர்கள், அத்துடிப்பு என்னை வசீகரித்தது. உங்களுக்காக கதவைத் திறந்துவிடவேண்டும் என உள்ளுணர்வு உந்த, உங்கள் வழியில் நான் குறுக்கிட, அநேகமாக மோதிவிட்டோம். தழுவல் போன்றதான, அனைத்தையும் வளைத்துவிடும் மிருதுவான பார்வையால் என்னை நோக்கினீர்கள், மிருதுவாகப் புன்னகைத்தீர்கள்— ஆம், வேறுவிதமாக என்னால் சொல்ல முடியாது— துணிவானதும் மிக நெருக்கமானதுமான தொனியில், “பெண்ணே, மிகவும் நன்றி” என்றீர்கள்.

அவ்வளவுதான் பிரியமானவரே, அக்கணத்திலிருந்து, அம்மிருதுவான மெல்லிய நோக்கினை உணர்ந்த பிறகு, உங்கள் அடிமையானேன். நீங்கள் எதிர்கொள்ளும் ஒவ்வொரு பெண்ணையும், கடையில் விற்பனை செய்யும் ஒவ்வொரு சிறுமியையும், கதவைத்திறந்து விடும் ஒவ்வொரு பணிப்பெண்ணையும் ஒரே மாதிரிதான் பார்க்கிறீர்கள் என்பதைச் சீக்கிரமே அறிந்துகொண்டேன். அது அனைத்தையும் தழுவிடுவதான வெளிப்பாடு. ஆனால் அதேவேளையில், ஒரு பெண்ணை நிர்வாணமாக்கிவிடும் சாகசப் பிறவியின் பார்வை, அப்பார்வை திட்டமிட்டதில்லை. மாறாக பெண்களை கதகதப்பாயும் மிருதுவாயும் உணரச் செய்வது. 13 வயதில் இன்னும் குழந்தையான நான் அதனை யூகிக்கவில்லை; நெருப்பில் நான் அமிழ்ந்திருந்தது போலிருந்தது. அம்மென்மை எனக்கு மட்டுமேயானது என்றெண்ணினேன். அவ்வொரு விநாடியில் என் பதின்பருவ அகத்தில் படிந்திருந்த பெண் விழிப்புற்றாள், என்னென்றைக்குமாக உங்களிடம் வியப்புற்றிருக்கிறாள்.

யாரது என்று வினவிய என் சிநேகிதிக்கு என்னால் உடனே பதிலளிக்க முடியவில்லை. உங்கள் பெயரை உச்சரிப்பது சாத்தியமற்றதாயிருந்தது; அவ்வொரு நொடியில் அது எனக்குப் புனிதமானதாக, ரகசியமானதாக ஆயிற்று. “ஓ, இக்கட்டிடத்தில் வசிக்கின்ற ஒரு கனவான்” என ஒரு வழியாகத் திக்கினேன். “பிறகேன் அவர் உன்னைப் பார்த்ததும் வெட்கப்பட்டாய்?” என்று பரிகசித்தாள். கேலியுடன் அவள் என் ரகசியத்தைத் தொட்டுவிட, என் கன்னங்களுக்கு குருதியேறி கதகதப்பாக்கிற்று. எனது தருமசங்கடம் என்னைச் சீற வைத்தது; அவளின் கழுத்தை

திருகியிருப்பேன். ஆனால் அவளோ இன்னும் பரிகாசத்துடன் சிரித்தாள் என கண்களில் கண்ணீர் ததும்பிடும்வரை. அவளை அங்கேயே நிற்குமாறுவிட்டு, மாடிப்படிகளில் ஏறினேன்.

அவ்விநாடி தொட்டு உங்களை நேசித்தேன். பெண்கள் அடிக்கடி இவ்வார்த்தைகளை உங்களிடம் உச்சரித்திருப்பார்கள் என்பதை அறிவேன். ஆனால் என்னை நம்புங்கள், எவரும் இத்தகைய நாயின் அர்ப்பணிப்புடன், அடிமைத் தனத்துடன் உங்களை நேசித்திருக்க மாட்டார்கள். அப்படித்தான் நானிருந்தேன், எப்போதும் இருந்திருக்கிறேன். இருளில் கவனியாது போய்விடும். குழந்தையின் நேசம்போல பூமியில் எதுவுமில்லை. ஏனெனில் அவளிடம் நம்பிக்கையில்லை; அவளது நேசம் அவ்வளவு அடங்கிப்போவது, அவ்வளவு வேலையாளின் நேசம், வேட்கைமிக்கது, காத்திருப்பது; வளர்ச்சிபெற்ற பெண்ணின் ஆர்வமிக்க ஆனால் தன்னையறியாது கோரிக்கை வைப்பதான நேசம் போன்றதில்லை. தனித்திருக்கும் சிறுவரே ஓர் உணர்வோட்டத்தை முற்றிலும் தமக்குள் வைத்திருக்க முடியும்; மற்றவர்கள் தம் உணர்வோட்டங்களை மற்றவர்களிடம் பேச முடியும், நட்பில் கரைந்துவிடச் செய்ய முடியும், காதல் குறித்து அவர்கள் நிறையவே கேள்விப்பட்டுள்ளனர், அது பொதுவிதி என்றறிவார்கள். ஒரு பொம்மை என அதனுடன் விளையாடுவார்கள், முதல் சிகரெட் புகைக்கும் பையன்களைப்போல அதனைக் காட்டிக்கொள்வார்கள். என்னைப் பொறுத்தவரை, என் நம்பிக்கைக்குரியவராக யாருமில்லை, யாராலும் கற்பிக்கப்படவும் இல்லை, எச்சரிக்கப்படவுமில்லை. அனுபவமற்றவள், வெகுளி; அதலபாதாளம் போல் என் விதியில் வீழ்ந்தேன். என்னிடத்தே வளர்ந்தெழும் ஒவ்வொன்றும் உங்களைத் தவிர்த்து வேறெதனையும் அறியாது, உங்களின் கனவு எனக்குப் பரிச்சயமான நண்பன். என் அப்பா நீண்ட நாளுக்கு முன்னர் இறந்து போனார், என் அம்மா தன் துயரவடிவில் எனக்கு அந்நியமானவள். ஓய்வூதியம் பெறுகின்றவரின் கவலைகள் தோய்ந்தவள்; நிறையத் தெரிந்துள்ள பதின்பருவப் பெண்கள் எனக்கு அருவருப்பூட்டினர். ஏனெனில் எனக்கு அறுதியாயிருந்த வேட்கையை அவர்கள் சாதாரணமாக எடுத்துக்கொண்டனர். எனக்கு நீங்கள் — அதனை நான் எப்படிச் சொல்வது?

எந்தவொரு ஒப்பீடும் சாதாரணமே— நீங்கள் எனக்கு அனைத்துமாயிருந்தீர்கள். உங்கள் தொடர்பானது தவிர்த்து

வேறெதுவும் உயர்ந்திருக்கவில்லை, என் வாழ்வில் நீங்கள் மட்டுமே. முன்னர் பள்ளியில் நான் ஒரு அலட்சியமிக்க மாணவி, என் படிப்பு சராசரிதான்; இப்போது நான் வகுப்பில் முதல்தரம், நள்ளிரவுவரை வாசிக்கிறேன், ஆயிரம் புத்தகங்கள் வாசித்திருப்பேன். ஏனெனில் நீங்கள் புத்தகங்களை நேசிப்பவர் என்றெனக்குத் தெரியும். என் தாய் ஆச்சரியப்படும்படி திடீரென்று பிடிவாதத்துடன் பியானோ பழகினேன். நீங்கள் இசையை நேசித்ததன் காரணமாக. உங்களின் முன்னே இனிதாயும் நேர்த்தியாயும் இருக்க வேண்டும் என்று என் ஆடைகளைத் துவைத்து தூய்மையாக வைத்துக்கொண்டேன்; எனது சீருடையில் ஓரிடத்தில் ஒட்டுப் போடப்பட்டிருந்ததற்காக அதனை வெறுத்தேன்.

இருந்தும் நாளெல்லாம் உங்களை எதிர்பார்த்து காத்திருந்தது தவிர்த்து வேறெதுவும் செய்யாதிருந்தேன். எங்கள் இல்லக கதவிலிருந்த துளைவழியே எதிரிலுள்ள உங்கள் வீட்டுக் கதவைப் பார்க்க முடிந்தது. பிரியமானவரே, சிரிக்காதீர்கள். இன்றைக்கூட அந்நேரங்கள் குறித்து நான் அவமானமடைவதில்லை! இக்கதவுத் துவாரம் உலகின் மீதான எனது கண்ணாயிருந்தது. என் அம்மாவின் சந்தேகங்களுக்குப் பயந்து, சில்லிடும் முன்னறையில் மணிக்கணக்கில், கையில் ஒரு புத்தகத்துடன் அமர்ந்திருப்பேன். உங்கள் இருப்புக்கு எதிர்வினையாக அதிர்வுகொள்ளும் இசை நாணின் பதற்றத்துடன். எப்போதும் நீங்கள் பதற்றத்துடன் இருப்பீர்கள் என்ற கவனித்துக்கொண்டிருப்பேன். ஆனால் நீங்களோ உங்கள் சட்டைப்பையில் எடுத்துச் செல்லும் கடிகாரத்தின் சுருள் கம்பியென, அவ்வளவாக உணர்வதில்லை; இருளில் அமைதியாக உங்கள் நேரத்தை அளவிடுவீர்கள், எண்ணுவீர்கள்; காதில் விழாத இருதயத் துடிப்பு உங்கள் அசைவுகளில் சேர்ந்திருக்கும்; லட்சக்கணக்கான விநாடிகளின் துடிப்புகளில் ஒரேயொரு முறைதான் உங்களின் துரிதமான பார்வை அதன்மீது விழும்.

உங்களின் பழக்கவழக்கங்கள், சூட்டுகள், டைகள் என ஒவ்வொன்றையும் அறிவேன்; உங்களுக்குப் பரிச்சயமானவர்களையெல்லாம், எனக்குப் பிடித்தவர்கள். எனக்குப் பிடிக்காதவர்கள் என என்னால் பிரித்துச்சொல்ல முடியும்; எனது பதின்மூன்றிலிருந்து பதினாறாம் வயதுவரை ஒவ்வொரு மணியையும் உங்களுக்காக வாழ்ந்தேன். எத்தகைய

தவறுகளைச் செய்துள்ளேன்! உங்களது கரம்பட்ட கதவுப்பிடியை முத்தமிட்டேன்; இக்கட்டிடத்திற்குள் நுழையுமுன்னர் நீங்கள் நழுவவிட்டிருந்த சிகரெட் துண்டினை திருடினேன், உங்களின் இதழ்கள் அதனை ஸ்பரிசித்திருந்தமையால், அது எனக்குப் புனிதமாயிருந்தது. மாலைப் பொழுதுகளில் ஏதேனும் ஒரு காரணம்காட்டி ஆயிரந்தடவைகள் தெருவுக்கு விரைந்து, உங்களது அறைகளில் எதில் விளக்கு எரிகிறது என்று கவனிப்பேன். புலப்படாத உங்கள் இருப்பினை உணர்ந்து கொள்வதற்காக. நீங்கள் இல்லாத வாரங்களில் உங்களது வேலையாள் ஜோஹன் உங்களின் மஞ்சள்நிற பயணப்பையை கீழே எடுத்துச்செல்கையில் என் இருதயம் பதற்றத்தில் ஒரு துடிப்பை நழுவவிடும். என் வாழ்க்கை மடிந்ததாய், அர்த்தமற்றதாய் இருக்கும். சலிப்புற்றவளாய் சிடுசிடுத்தவளாய் பொறுமையின்றி இருப்பேன், சிவந்துவிட்ட என் கண்களின் விரக்தியை என் அம்மா கவனியாது பார்த்துக்கொள்வேன்.

இவற்றையெல்லாம் நான் உங்களிடம் கூறிக்கொண்டிருக்கும் வேளையிலும், அவை படாடோபமானவை, குழந்தைத் தனமானவை என்பதை அறிவேன். அவை குறித்து நான் வெட்கியிருக்க வேண்டும். ஆனால் நான் வெட்கப்படவில்லை. ஏனெனில் உங்கள் மீதான நேசம், அக்குழந்தைத் தனங்களில் இருந்ததை விடவும் தூய்மையானதில்லை, வேட்கைமிக்கதில்லை. அப்போது நான் உங்களுடன் எப்படி வாழ்ந்தேன் என்பதை மணிக்கணக்கில், நாட்கணக்கில் சொல்ல முடியும்; நீங்கள் என்னைப் பார்த்ததே அரிது. ஏனெனில், மாடிப்படிகளில் உங்களை நான் சந்தித்தால், அதைத் தவிர்க்க முடியாது, தகிக்கும் உங்கள் பார்வைக்குப் பயந்து, தலை கவிழ்ந்தபடி, உங்களிடமிருந்து ஓடிவிடுவேன். நீரில் குதிக்கின்றவனைப் போல. அக்கனலால் கருகிவிடுவதிலிருந்து தப்பிப்பதற்காக. நீண்ட நாட்களுக்கு முன் கடந்துபோன அவ்வாண்டுகளைப் பற்றி, உங்களது ஆயுளின் முழுமையான காலண்டரை விரிப்பது பற்றி, மணிக்கணக்கில் நாட்கணக்கில் நான் உங்களுக்குக் கூறமுடியும். ஆனால் உங்களுக்கு சலிப்பேற்படுத்தவோ உங்களை வதைக்கவோ விரும்பவில்லை. என் குழந்தைப் பருவத்தின் மிகச் சிறந்ததை மட்டுமே உங்களிடம் உரைத்தால் — என்னை ஏளனம் செய்ய வேண்டாம். ஒரு குழந்தையான எனக்கு அது முடிவற்றதாயிருந்தது. அது ஒரு ஞாயிறாக இருக்கவேண்டும். நீங்கள் வெளியே போயிருந்தீர்கள், உங்களின் வேலையாள் அடுக்கத்தின் திறந்த முன்வாயிலினூடே

விரித்திருந்த தரைவிரிப்புகளை மடித்துக்கொண்டிருந்தார். அது கடினமான வேலை, தைரியமிக்க ஒரு கணத்தில் அவரிடம் சென்று, உதவட்டுமா என்று கேட்டேன். வியப்படைந்த அவர், சரியென்றார். அப்போது நான் பார்த்ததை பக்தியுடன்தான் விவரிக்க முடியும். அடுக்கத்தின் உள்ளே நீங்கள் அமரும் இருக்கை, ஸ்படிக கலயத்திலிருந்த சில பூக்கள் என உங்கள் உலகத்தைக் கண்டேன். உங்கள் அலமாரிகள், ஓவியங்கள், புத்தகங்கள், அது உங்கள் வாழ்வின் தோன்றிமறைந்திடும், திருடிய காட்சிதான், விசுவாசமான ஜோஹன் அவ்வளவு நெருக்கத்தில் என்னை விட்டிருக்க மாட்டார், ஆனால் அந்தவொரு காட்சியில் முழுச் சூழலையும் உள்வாங்கினேன்; இப்போது என்னிடத்தே நீங்கள் விழித்திருப்பது தூங்கியிருப்பது குறித்து முடிவுறாத கனவுக்களுக்கான ஊட்டம் இருந்தது.

அச்சிறுகணமே என் குழந்தைப் பருவத்தின் மிகவும் மகிழ்ச்சியானது. என்னைப் பற்றி உங்களுக்குத் தெரியாது போனாலும், என் வாழ்வு எப்படி உங்களைச் சார்ந்திருந்தது என்று அறியும் பொருட்டு, அதுபற்றி உங்களிடம் சொல்ல விரும்பினேன். அதுபற்றியும் அதற்கு நெருக்கமான பயங்கரத் தருணம் பற்றியும் சொல்ல விரும்பினேன். உங்களைத் தவிர்த்து எல்லாவற்றையும் மறந்திருந்தேன், என் அம்மாவைப் பற்றியோ வேறு யாரையும் பற்றியோ நான் கண்டுகொள்ளவே இல்லை. அடிக்கடி எங்களைப் பார்க்க வந்து சிறிதுநேரம் தங்கிச் சென்ற, என் அம்மாவுக்கு உறவுக்காரரான, இன்ஸ்பிரக்கிலிருந்துவந்த மூத்த கனவானான வியாபாரி ஒருவரினை நான் கவனித்ததேயில்லை; அவ்வப்போது அவர் என் அம்மாவை நாடக அரங்கிற்கு அழைத்துச் சென்றதால், அவரது வருகைகளை வரவேற்றேன்; நான் உங்களைக் எண்ணிக்கொண்டு சுதந்திரமாயிருக்க முடிந்தது. அது எனது மிகப்பெரிய ஒரே ஆனந்தமாயிருந்தது. ஒருநாள் என்னுடன் தீவிரமான ஒன்றுபற்றி விவாதிப்பதற்காக, தனது அறைக்கு வரச்சொன்னாள். வெளிறிப்போன என் இருதயம் தடதடப்பதைக் கேட்டேன். ஏதேனும் சந்தேகித்துவிட்டாளா, யூகித்துக்கொண்டாளா? என் முதல் எண்ணம் உங்களைக் குறித்தது, உலகுடன் என்னைப் பிணைத்த ரகசியம் குறித்தது. ஆனால் என் அம்மாவே சாதாரணமாய் காணப்பட்டாள்; பாசத்துடன் என்னை முத்தமிட்டு, தன்னருகே என்னை அமர்த்தி, விவாகரத்தாகியிருந்த தன் உறவினர் தன்னை மணக்க விரும்புவதை தயக்கத்துடன் மெல்லச் சொல்லத்

தொடங்கினாள். எனக்காக அதை ஏற்று தீர்மானித்துள்ளதைக் குறிப்பிட்டாள். சூடான குருதி என் இருதயத்தைத் தொட்டது. என்னிடம் ஒரேயொரு சிந்தனைதான், அது உங்களைப் பற்றியது.

“நாமெல்லாம் தங்கப் போவது இங்கேதானே?” என்று திக்கித் திக்கிப் பேசினேன்.

“இல்லை, இன்ஸ்பிரகிற்குப் போகிறோம். அங்கே ஃபெர்டினாண்டுக்கு அழகான இல்லம் உண்டு.”

அப்புறம் எதனையும் கேட்கவில்லை. ஒவ்வொன்றும் என் கண்கள் முன் இருண்டது. மயங்கி விழுந்துவிட்டேன் என்பதை பின்னர் தெரிந்துகொண்டேன். அறைக்கு வெளியே காத்திருந்த என் செல்வந்த வளர்ப்புத்தந்தை பற்றி தணிந்த குரலில் என் அம்மா சொல்லிக்கொண்டிருந்தது கேட்டது; திடீரென என் கைகளை வீசி பின்வாங்கிய நான் அரக்குத்துண்டு போல தரையில் விழுந்தேன். அடுத்த சில தினங்களில் ஆற்றலற்ற குழந்தையான நான் என் தாயின் ஆற்றல்மிக்க விருப்புறுதியை எப்படி எதிர்த்தேன் என்பதை என்னால் கூற இயலாது; அதுபற்றி எண்ணும்போது என் கை இன்னும் நடுங்குகிறது. என் ரகசியத்தை வெளியிட முடியாததால், என் எதிர்ப்பு வெறும் பிடிவாதமாக விஷமமாக அலட்சியமாகத் தோன்றியது. யாரும் என்னிடம் பேசவில்லை, எல்லாம் எனக்குப் பின்னே நடந்தது. நான் பள்ளியில் இருந்த வேளையில், கிளம்புவதற்கான ஏற்பாடுகளைச் செய்துவிட்டனர். நான் திரும்பியபோது, ஏதோவொன்று எப்போதும் இல்லாதிருந்தது அல்லது சேர்ந்து சிதைந்து கொண்டுவந்தது; ஒருநாள் மதியம் சாப்பிட வந்தபோது, அனைத்தையும் மூட்டைக்கட்டி விட்டனர். சூட்கேஸ்கள் நிரம்பியிருந்தன. எனக்கும் அம்மாவுக்கும் தூங்க இருபடுக்கைகள் மட்டும் ஒதுக்கப்பட்டருந்தன. இன்னும் ஓர் இரவு அங்கே நாங்கள் தூங்கலாம், மறுநாள் இன்ஸ்பிரக்கிற்கு பயணிக்க வேண்டும்.

உங்களின் அண்மை இல்லாவிடில் என்னால் வாழ இயலாது என அம்முதல்நாளில் திடீரென்று முடிவெடுத்தேன். என்னைக் காப்பாற்றக் கூடியதாக உங்களைத் தவிர வேறுயாரையும் எனக்குத் தெரியாது. அவ்விரக்தியான வேளைகளில் நான் என்ன சிந்தித்துக்கொண்டிருந்தேன் அல்லது தெளிவாகச் சிந்தித்தேனா என்று என்னால் கூற முடியாதிருந்தது;

ஆனால் என் அம்மா வெளியே சென்றிருந்ததால், என் பள்ளிச் சீருடைகளை அணிந்து, உங்கள் அடுக்ககம் வந்தேன். நான் நடக்கவே இல்லை, விறைப்பான கால்களும் நடுங்கிடும் மூட்டுகளும் காந்தம்போல உங்கள் வாயிலின் பால் ஈர்க்கப்பட்டதென்று தோன்றியது. எனக்கு என்ன வேண்டும் என்று தெளிவுபடவில்லை. உங்கள் பாதங்களில் விழுந்து, ஒரு பணிப்பெண்ணாக, அடிமையாக என்னை ஏற்றுக்கொள்ளுங்கள் என்பதாக இருக்கக்கூடும், பதினைந்து வயது யுவதியின் இந்த கள்ளங்கபடமற்ற பக்தியைக் கண்டு நீங்கள் புன்னகைக்கலாம். ஆனால் பயத்தால் இறுக்கம் மிகுந்து, இருந்தும் புரிந்துகொள்ள முடியாத சக்தியால் உந்தப்பட்டு, சில்லிட்டிருந்த நடைபாதையில் எப்படி நின்றிருந்தேன் என்பதை அறிந்திருந்தால் புன்னகைக்க மாட்டீர்கள்; என் உடலிலிருந்து நடுங்குகின்ற கையை உயர்த்தி — பயங்கர விநாடிகளிலான நித்தியத்தின் போராட்டத்திற்குப் பிறகு கதவுப்பிடியருகே இருந்த அழைப்பு மணி பொத்தானை எப்படி அழுத்தினேன் என்று தெரிந்திருந்தால் புன்னகைக்க மாட்டீர்கள். அதன் கீச்சுக்குரலை இன்றளவும் என்னால் கேட்க முடிகிறது. அப்புறம் என் குருதியோட்டம் நின்றுவிட்டதாகத் தோன்றியபோது நிசப்தம் மற்றும் நீங்கள் வந்துகொண்டிருந்தீர்களா என்று கவனித்தேன்.

ஆனால் நீங்கள் வரவில்லை. யாரும் வரவில்லை. நீங்கள் வெளியே போயிருக்க வேண்டும், ஜோஹன், பொருட்கள் வாங்க கடைக்குப் போயிருக்க வேண்டும். ஆக அழைப்புமணியின் ஓயும் சப்தம் என் காதுகளில் எதிரொலிக்க, எங்களது சிதைந்த, காலியாக்கப்பட்ட அடுக்கத்திற்கு தட்டுத்தடுமாறி வந்தேன். பழைய தரைவிரிப்பில் சாய்ந்தேன். மணிக்கணக்கில் ஆழமான பனிக்குவியலில் நடந்து வந்திருந்ததுபோல, எடுத்துவைத்த நான்கு காலடிகளில் ஓய்ந்து போயிருந்தேன். ஆனால் அவ்வோய்ந்துபோதலின் பின்னே, என்னை அவர்கள் கிழித்துப் போடுமுன் உங்களைப் பார்க்க வேண்டும்,

உங்களிடம் பேச வேண்டும் என்னும் எனது உறுதிப்பாடு, எப்போதைக்கும் போல பிரகாசமாய் தகித்துக்கொண்டிருந்தது. என் மனதில் புலன் வேட்கை சார்ந்து ஏதுமில்லை என உறுதிப்படுத்துகிறேன்; உங்களைத் தவிர வேறெதனையும் சிந்திக்கவில்லை என்பதாலேயே, இன்னும் அறியாமை மிக்கவளாய் இருந்தேன். மீண்டும் ஒரு முறை உங்களைக்

கண்டு, உங்களுடன் ஒட்டிக்கொள்ளவே விரும்பினேன். பிரியமானவரே, அந்நீண்ட பயங்கர இரவு முழுதும் உங்களுக்காக காத்திருந்தேன். என் அம்மா படுக்கைக்கு வந்து தூங்கியதுமே, முகப்பறைக்கு நழுவிவிட்ட நான், நீங்கள் வீடு திரும்பும்போதான காலடிகளைக் கேட்க ஆர்வங்கொண்டேன். இரவெல்லாம் காத்திருந்தேன், அது ஜனவரியின் கடுங்குளிர்காலம். மிகவும் அலுப்படைந்திருந்தேன், என் அவயவங்கள் வலித்தன, நான் அமர நாற்காலி ஏதுமில்லாததால், சில்லிட்ட தரையில் கிடந்தேன். என்னிடம் போர்வை இல்லாததால், என் மெல்லிய உடையிலேயே இரவெல்லாம் கிடந்தேன்; தூங்கி விழுந்து உங்கள் காலடிகளைத் தவறவிட்டு விடுவோம் என்ற பயத்தில் கதகதப்பாயிருக்க விரும்பவில்லை. அது வலித்தது; என் பாதங்களில் வீக்கம் கண்டு, என் தோள்கள் நடுக்கம் கொண்டன் நான் நிற்க வேண்டியிருந்தது, அஞ் சத்தக்க அவ்விருளில் அவ்வளவு குளிராயிருந்தது. என் விதிக்கென காத்திருந்ததுபோல, உங்களுக்காகக் காத்திருந்தேன், காத்திருந்தேன், காத்திருந்தேன்.

ஒரு வழியாக காலை இரண்டல்லது முன்று மணி இருக்கும். கட்டிடத்தின் முன்வாயில் கீழ்ப்பகுதியில் திறக்கப்பட்டு, காலடிகள் படியிலேறுவதைக் கேட்டேன். உதிர்ந்து போவதுபோல குளிர் என்னிடமிருந்து அகன்றிருந்தது, என்னூடே வெப்பம் ஏறிற்று. உங்களிடம் விரைந்தேகி, உங்கள் பாதங்களில் விழும் பொருட்டு, அமைதியாகக் கதவைத் திறந்தேன்... அப்போது இத்தகு முட்டாள்தனத்துடன் இருந்த நான், என்ன செய்திருப்பேன் என்பதை அறியவில்லை. காலடிகள் நெருங்க நெருங்க, மெழுகுவர்த்திச் சுடரின் ஊசலாட்டத்தைப் பார்த்தேன். நடுங்கியபடி, கதவுப்பிடியில் ஒட்டிக்கொண்டேன். வந்து கொண்டிருந்தது நீங்களா?

ஆம், நீங்கள்தான், பிரியமானவரே — ஆனால் நீங்கள் தனித்தில்லை. மிருதுவான, தூண்டிவிடுகின்ற சிரிப்பை, பட்டாடையின் சலசலப்பை, உங்களின் தணிந்த குரலைக் கேட்டேன் — ஒரு பெண்ணுடன் வீடு திரும்பிக்கொண்டிருந்தீர்கள்...

அன்றிரவு உயிர்பிழைத்திட எப்படித் தாக்குபிடித்தேன் என்பது தெரியவில்லை. அடுத்த காலை எட்டுமணிக்கு, என்னை அவர்கள் இன்ஸ்பிரக்கிற்கு இழுத்துச் சென்றனர்; தடுத்திடும் வலிமை எனக்கு இல்லாது போயிற்று.

என் குழந்தை இறந்தது நேற்றிரவு — இப்போது மீண்டும் தனிமைப்பட்டிருக்கிறேன்— உண்மையிலேயே நான் வாழ்ந்துகொண்டிருக்க வேண்டுமாயின. நாளைக்கு அந்நியமான, கருப்பு உடை அணிந்த, அருவருப்பான நபர்கள் சவப்பெட்டியுடன் வந்து, என் ஒரே குழந்தையினை அதில் கிடத்துவார்கள். நண்பர்கள் மலர்களுடன் வரலாம், ஆனால் சவப்பெட்டி மீதான மலர்களுக்கு என்ன அர்த்தம்? எனக்கு இதையும் அதையும் கூறி ஆறதலளிக்கும்— வெறும் வார்த்தைகள், அவை எப்படி எனக்கு உதவும்? அவர்கள் சென்றதும் மீண்டும் நான் தனிமையிலிருக்க வேண்டும் என்பதை அறிவேன். எனது பதினாறாம் வயதிலிருந்து பதினெட்டாம் பிறந்த நாள்வரையிலான, முடிவில்லாத இரு ஆண்டுகளை இன்ஸ்பிரக்கில், கைதியைப் போல அல்லது என் குடும்பத்தில் விலக்கப்பட்வடளாக வாழ்ந்த அப்போது அதனை உணர்ந்தேன். தொந்தரவில்லாத, அமைதியான என் வளர்ப்புத் தந்தை என்னிடம் அன்பாயிருந்தார்; என் அம்மா, எனக்கிழைத்த நீதிக்கு பரிகாரம்போல, என் ஆசைகளை நிறைவேற்றிட ஆயத்தமாயிருந்தார்; இளைஞர்கள் என்னுடன் நட்பாயிருக்க முயன்றனர், ஆனால் அதனையெல்லாம் அலட்சியத்துடன் நிராகரித்தேன். உங்களிடமிருந்து விலகிய நிலையில், சந்தோஷமாக திருப்தியாக நான் வாழ விரும்பவில்லை. சுயவதையும் தனிமையும் நிரம்பிய இருள் உலகில் என்னை அடைத்துக்கொண்டேன். எனக்கு அவர்கள் வாங்கித் தந்த வண்ண உடைகளை அணியவில்லை, கச்சேரிகளுக்கோ நாடக அரங்கங்களுக்கோ நண்பர்களுடனோ செல்ல மறுத்தலித்தேன். வெளியேறவே இல்லை. பிரியமானவரே, அங்கு நான் வாழ்ந்த இரு ஆண்டுகளில் அச்சிறுநகரில் பத்து தெருக்களுக்குமேல் தெரிந்திருக்கவில்லை என்பதை நம்புவீர்களா? வருத்தத்தில் இருந்தேன், வருந்த விரும்பினேன், உங்கள் இழப்புடன் கூடுதலாக நான் என்மீது திணித்துக்கொண்ட ஒவ்வொரு துயராலும் மயக்கமடைந்தேன். உங்களுக்காகவே வாழ்தல் என்னும் என் வேட்கையிலிருந்து திசைவிலகிட விருமப்வில்லை. என் வீட்டில் மணிக்கணக்கில் நாட்கணக்கில் எதுவும் செய்யாமல் தனித்திருந்தேன்; மீண்டும் உங்களையே எண்ணிப் பார்த்தேன்; உங்களைக் குறித்த எனது நூறு சிறு ஞாபகங்களை எப்போதும் புதுப்பித்துக்கொண்டிருந்தேன். ஒவ்வொரு முறை உங்களைச் சந்தித்தபோது, ஒவ்வொரு முறை உங்களுக்காகக் காத்திருந்தபோது, நாடக அரங்கில் நிகழ்வதுபோல, என் மனதில் அச்சிறு சம்பவங்களை நிகழ்த்தினேன். எனவேதான், கடந்த

காலத்தின் ஒவ்வொரு விநாடியிலும் எண்ணற்ற தடவைகள் போய் வந்ததால், ஒட்டுமொத்த என் குழந்தைப் பருவம் குறித்தும் அவ்வளவு அழுத்தமான ஞாபகம் இருக்கின்றது. அக்கடந்த ஆண்டுகளின் ஒவ்வொரு நிமிடத்தையும், நேற்று நடந்ததுபோல அவ்வளவு உஷ்ணத்துடனும் வேட்கையுடனும் உணர்கிறேன்.

அப்போது என் வாழ்க்கை முற்றிலும் உங்களினூடே இருந்தது. உங்கள் புத்தகங்களை எல்லாம் வாங்கினேன்; உங்கள் பெயர் செய்தித்தாளில் இருந்தால், அது எனக்கு முக்கிய தினம். உங்கள் நூல்களின் ஒவ்வொரு வரியும் எனக்கு மனப்பாடம். அந்த அளவுக்கு அடிக்கடி அவற்றை வாசித்திருக்கிறேனா? இரவில் தூக்கத்தில் என்னை எழுப்பி, உங்கள் நூல்களில் இருந்து எதேச்சையாக ஒரு வரியை மேற்கோள் காட்டினால், 13 ஆண்டுகளக்குப் பின்னரும், அப்பிரதியை, கனவில் சொல்வதுபோல ஒப்பித்துக்கொண்டிருப்பேன்— உங்களின் ஒவ்வொரு வார்த்தையையும் எனக்கு நற்செய்தி, பிரார்த்தனை நூல். ஒட்டுமொத்த உலகும் உங்கள் தொடர்பாகவே நிலவியது; வியன்னாவின் செய்தித்தாள்களில் கச்சேரிகள் பிரத்யேகக் காட்சிகள் பற்றி வாசித்தபோது, அவற்றில் எது உங்களுக்கு ஆர்வமூட்டும் என்ற எண்ணமே நிறைந்திருக்கும்; நான் தொலைவில் இருந்தபோதும், மாலையில் உங்களுடன் இருந்தேன்; இப்போது அரங்கில் நுழைகின்றார், இப்போது அமர்ந்துள்ளார் என ஆயிரந்தடவைகள் கனவு கண்டேன் ஒருமுறை கச்சேரியில் உங்களுடன் இருந்ததால்.

தன்னுடனே கோபங்கொண்ட, கைவிடப்பட்ட சிறுமியின் துயரமான, நம்பிக்கையற்ற பக்தியை ஏன் விவரிக்க வேண்டும், அதனை ஒருபோதும் யூகித்திராத, அறிந்திராதவரிடம் ஏன் விவரிக்க வேண்டும், இருப்பினும் அப்போது நான் உண்மையிலேயே குழந்தைதானா? 17, 18 வயதை எட்டியிருந்தேன். இளைஞர்கள் தெருவில் என்னை உற்றுப் பார்த்தனர். ஆனால் அது எனக்கு வருத்தமளிக்கவே செய்தது. வேறு யாருமின்றி உங்களிடத்தே, காதலிப்பதோ காதலில் நாடகமாடுவதோ, எனக்கு விளக்க முடியாததாயிருந்தது, கற்பிதம் செய்ய முடியாத கருத்தாயிருந்தது. அதில் ஈடுபட சபலங்கொள்வதே எனக்குக் குற்றமாய்த் தோன்றிற்று. என் உடல் மாறுதல் அடைந்து கொண்டிருந்தது. இப்போது என் புலன்கள் விழிப்புற்றன,பிரகாசித்தன என்பது தவிர்த்து, உங்கள் மீதான

எனது வேட்கை எப்போதும் ஒன்றேதான். கற்பிக்கப்படாத சிறுமி, உங்கள் அழைப்பு மணியை அழுத்திய சிறுமி யூகிக்க முடியாதிருந்தது இப்போதைய ஒரே எண்ணமாயிருந்தது. உங்களிடம் என்னை வழங்குவது, உங்களுக்காக என்னையே அர்ப்பணிப்பது.

என்னைச் சுற்றி இருந்தவர்கள் என்னை கோழை என்றெண்ணினர், வெட்கப்படுபவள் என்றனர் (என் ரகசியத்தை என்னுடனேயே வைத்திருந்தேன்.) ஆனால் உருக்கின் விருப்புறுதியை வளர்த்துக்கொண்டிருந்தேன்.

நான் எண்ணியதும் செய்ததுமெல்லாம் ஒரே திசையில் திரும்பியிருந்தது. வியன்னாவிடம், உங்களிடம். வேறு எவருக்கும் அர்த்தமற்றதாக அசாதாரணமானதாகத் தோன்றக்கூடிய வகையில், வலுக்கட்டாயமாக என் விருப்புறுதியை விதித்துக்கொண்டேன். செல்வந்தரான என் வளர்ப்புத் தந்தை, என்னைத் தன் குழந்தையாகவே கருதினார். ஆனால் என் ஜீவிதத்திற்கு நான் சம்பாதிக்க விரும்பியதை, பிடிவாதத்துடன் வற்புறுத்தினேன்; கடைசியில் பெரும் ஆயத்த அங்காடி ஒன்றில் உதவியாளர் வேலையினை உறவினர் ஒருவரால் பெற்றேன்.

வியன்னா திரும்பியதும் — கடைசியில், ஒரு வழியாக! மூடுபனி நிலவிய இலையுதிர்கால மாலையில் முதலில் எங்கு சென்றேன் என உங்களிடம் சொல்ல வேண்டுமா? என் பெட்டியை நிலையத்தில் விட்டுவிட்டு, ஒரு டிராமில் ஏறினேன். எவ்வளவு மந்தமாகச் சென்றதாகத் தோன்றிற்று. ஒவ்வொரு நிறுத்தத்திலும் எனக்கு ஆத்திரம் வந்தது. அடுக்ககக் கட்டிடத்திற்கு விரைந்தேன். உங்கள் சன்னல்களில் வெளிச்சம் இருந்தது; என் முழு இருதயமும் பாடிற்று. அர்த்தமற்ற போக்குவரத்து நெரிசலுடன் இப்போதெல்லாம் எனக்கு விசித்திரமாய்த் தோன்றும் இந்நகரம் இப்போதுதான் உயிர்பெறுகிறது. இப்போதுதான் மீண்டும் நான் உயிர் பெறுகிறேன். என் ஒரே கனவாகிய உங்களருகே நானிருந்தேன் என்பது தெரிந்ததால். உண்மையில் உங்கள் மனதிலிருந்து வெகு தொலைவில் நானிருந்தேன் என்பதை அனுமானிக்கவில்லை— பள்ளத்தாக்குகளும் மலைகளும் ஆறுகளும் நம்மைப் பிரித்ததுபோல, உங்களுக்கும் எனது பிரகாசமான பார்வைக்குமிடையே பளிச்சிடும் கண்ணாடித்தகடு நின்றது. நான் வெறுமனே ஏறிட்டு நோக்கினேன்; அங்கே வெளிச்சம், இங்கே கட்டிடம் மற்றும் நீங்கள் அங்கே — எனக்கு முழு

உலகமாக. இரண்டாண்டுகளாக இவ்வேளைக்காக கனவு கண்டிருந்தேன், இப்போது எனக்கு வழங்கப்பட்டது. சன்னல்களின் வெளிச்சம் அணைக்கப்படும் வரை, அந்நீண்ட, இதமான மேகமூட்டமிக்க மாலை முழுதும், உங்கள் சன்னல்களுக்கு வெளியே நின்றிருந்தேன். அப்புறமே நான் தங்கியிருந்த இடத்திற்குப் போக முடிந்தது.

அதன்பிறகு ஒவ்வொரு மாலையிலும் உங்கள் கட்டிடத்திற்கு வெளியே அதேபோல் நின்றேன். ஆறுமணிவரை கடை வேலை. அது கடினமான சிரமமிக்க வேலை. ஆனால் அதை விரும்பினேன். ஏனெனில் அச்செயல்பாடு என் சஞ்சலத்தின் வேதனையைக் குறைத்தது. கடையின் இரும்பு ஷட்டர்கள் மூடப்பட்டதுமே எனது பிரியமிக்க இலக்கிற்கு விரைந்தேன். ஒரேமுறை உங்களைப் பார்த்துவிட வேண்டும் என்பதே என் திடசங்கற்பம். ஏனெனில் தொலைவிலிருந்தேனும் என் கண்கள் உங்கள் முகத்தை மீண்டும் காணமுடியும். சுமார் ஒரு வாரத்திற்குப் பின் அது ஒருவழியாக நிகழ்ந்தது. நான் எதிர்பாராத தருணத்தில் உங்களைச் சந்தித்தேன். உங்களின் சன்னல்களை நோட்டம்விட்டுக் கொண்டிருந்தபோது தெருவினூடே வந்தீர்கள். சட்டென மீண்டும் அப்பதின்மூன்று வயது யுவதியானேன், என் கன்னக்கதுப்புகளுக்கு குருதி ஏறியது. என் மீதான உங்கள் பார்வையை உணர்ந்திடும் உள்ளார்ந்த அவசத்திற்கு எதிராக, உள்ளுணர்வு ரீதியில் என் தலையைத் தாழ்த்தியபடி, உங்களை மின்னலென துரிதமாகக் கடந்து போனேன். பிற்பாடு, ஒரு பள்ளி மாணவியின் எதிர்வினையான, கோழைத்தனமான பறந்தோடலுக்காக வெட்கப்பட்டேன்; நான் விரும்பியது என்னவென்று இப்போது அறிவேன்; இத்தனை ஆண்டுகளாக ஏங்கிச் சோர்ந்துபோனபின், உங்களைச் சந்திக்க விரும்பினேன், உங்களைத் தேடிக்கொண்டிருந்தேன், என்னை நீங்கள் அங்கீகரித்திட விரும்பினேன், என்னைக் கவனிக்க வேண்டும் — என்னை நேசிக்க வேண்டுமென்று விரும்பினேன்.

பனியிலும் வியன்னாவின் குளிர்வாடையாலும் ஒவ்வொரு மாலையும் உங்கள் வீதியில் நான் நின்ற போதும், என்னை நீங்கள் கவனத்திட நீண்ட காலமாயிற்று. மணிக்கணக்கில் வீணாகக் காத்திருக்கிறேன், இறுதியில் நண்பர்களுடன் கட்டிடத்திலிருந்து வெளியேறிவிடுவீர்கள். இருமுறை உங்களைப் பெண்களுடன் பார்த்தேன்; அந்நியமான ஒருத்தி எவ்வளவு நம்பிக்கையுடன் கைகோர்த்து நடப்பதை

நான் பார்த்தபோது, என் இருதய நாளங்கள் வெடித்துப் பிளந்ததை, வயது வந்த பெண்ணான நான் இப்போது புரிந்து கொள்கிறேன். நான் ஆச்சரியப்படவில்லை. என் குழந்தைப் பருவநாட்களிலிருந்து அடுத்தடுத்து பெண்பார்வையாளர்கள் வந்து போனதை அறிவேன்; இப்போது அது எனக்குவலி தருகிறது, வேறொருவருடன் நீங்கள் நெருக்கமாய் இருந்தபோது வெறுப்புக்கும் ஆசைக்குமடையே கிழித்தெறியப்பட்டேன். ஒரு நாள், குழந்தைத்தனத்துடன் கர்வத்துடனிருந்த, இருக்கின்ற நான், உங்கள் கட்டிடத்திலிருந்து விலகி இருந்தேன் — ஆனால் நான் கழித்தது எத்தகைய பயங்கரமான, அலட்சியமான மாலைப்பொழுது மற்றும் கலகம்! மீண்டும் அடுத்த மாலையில் உங்கள் கட்டிடத்திற்கு வெளியே காத்திருந்தேன், காத்திருந்தேன் — எனக்கு மூடப்பட்டிருந்த உங்கள் வாழ்க்கைக்கு வெளியே என் ஆயுளெல்லாம் கழித்திருந்தது போல, கடைசியாக ஒரு மாலையின் என்னைக் கவனிக்கவே செய்தீர்கள்.

தொலைவில் நீங்கள் வந்து கொண்டிருந்ததைப் பார்த்துவிட்ட நான், உங்களைத் தவிர்த்துவிடக்கூடாது என்று திடப்படுத்திக் கொண்டேன். சந்தர்ப்பம் வாய்த்தது போல சரக்கு இறக்கவிருந்த வண்டியொன்று தெருவை மறைத்து நின்றது, நீங்கள் எனக்கு நெருக்கமாக கடந்து போக நேர்ந்தது. உங்களின் ஞாபகமறதிமிக்க பார்வை அனிச்சையாக என் மீது விழுந்தது, அது என் கண்களின் கவனத்தைச் சந்தித்த மாத்திரத்தில் — ஞாபகம் எனக்களித்தது எத்தகைய அதிர்ச்சி! — பெண்களிடம் நீங்கள் அளிக்கும் உங்கள் பார்வையாக, மிருதுவான, அனைத்தையும் தழுவிடும் அப்பார்வையும் அவர்களை ஆடையிழக்கச் செய்தது — சிறுமியாய் நானிருந்தபோது முதல்முறையாக நேசிக்கின்ற பெண்ணாக என்னை ஆக்கிய பார்வை அது. ஓரிரு விநாடிகள் என் பார்வையைத் தாங்கியிருந்த அதனை — என் பார்வை விலகிச் சென்றிட முடியாமலும் விரும்பாலும் இருந்தது — அப்புறம் என்னை கடந்து போயிருந்தீர்கள். என் இருதயம் துரிதமாய் அடித்துக்கொண்டது; உள்ளுணர்வு ரீதியாக என் வேகத்தைக் குறைத்தேன், என்னால் கட்டுப்படுத்த இயலாத குறுகுறுப்பில் நான் திரும்பவும், நீங்களும் நின்று, என்னைப் பார்த்துக் கொண்டிருந்தீர்கள். அவ்வளவு ஆர்வத்துடனும் அக்கறையுடனும் நீங்கள் என்னைக் கவனித்த வீதம், நீங்கள் என்னைக் கண்டு கொள்ளவில்லை என்பதை உடனே கூறியது.

அப்போதும் சரி எப்போதும் சரி, நீங்கள் என்னை அடையாளங்கண்டு கொள்ளவில்லை, ஒருபோதும் உங்களிடம் எப்படி ஏன் விவரிப்பது, பிரியமானவரே? உங்களால் அடையாளங்காணப்படாத ஏமாற்றத்தால் நான் வருந்தியது அதுதான் முதல்முறை. என் வாழ்வு முழுதும் அதனுடன் வாழ்ந்திருக்கிறேன், அதனுடன் மடிந்து கொண்டிருக்கிறேன், இன்னும் நீங்கள் என்னை கண்டுகொள்ளவில்லை. என் ஏமாற்றத்தை நீங்கள் புரிந்துகொள்ளுமாறு எப்படி நான் செய்வது? ஒவ்வொரு மணிநேரமும் உங்களையே எண்ணி, வியன்னாவில் நமது அடுத்த சந்திப்பு பற்றியே கற்பனை செய்து கொண்டு, இன்ஸ்பிரக்கில் இருந்த அவ்விரண்டு வருடங்களில், மிகவும் கட்டற்ற அல்லது பரவசமளிக்கும் கனவு கண்டிருந்தேன் — அப்போதைய மனநிலையைப் பொறுத்து. என்னை நிராகரிப்பதை, சுவராஸ்யமின்றியும் அருவருப்பாயும் இருப்பதற்காக என்னை அவமதிப்பதை, இருண்ட கணங்களில் நான் சித்திரப்படுத்தி, எல்லாவற்றையும் கனவு கண்டறிந்தேன். உங்களது சலுகையின்மை, உணர்வு — பாவமற்ற நிலை, உங்களது அலட்சியத்தின் அனைத்து வடிவங்களினூடேயும் போய்வந்திருந்தேன் — என் தாழ்வு மனப்பான்மையை முழுதாக உணராத நிலையில்கூட எந்தவொரு இருண்ட உணர்வோட்ட மனநிலையிலும் இதனை உருக்கொள்ள வைக்குமாறு நான் துணிந்ததில்லை, என் இருப்பினை நீங்கள் கவனிக்கவே இல்லை என்பது அனைத்திலும் மோசமானது. இன்று புரிந்துகொள்கிறேன் — அதனைப் புரிந்து கொள்ளுமாறு எனக்குக் கற்பித்திருக்கிறீர்கள்! — ஒரு மனிதன் அல்லது யுவதியின் அல்லது பெண்ணின்முகம், அசாதாரணமாக மாறக்கூடிய ஒன்றைப் பெற்றிருக்கவேண்டும் என்பதை உணர்ந்து கொள்கிறேன்; ஏனெனில், இப்போது வேட்கையை, இப்போது குழந்தைத்தனத்தை, இப்போது சோர்வினை பிரதிப்பலிப்பினைப் போலவே கடந்து போவது; காலம் ஒரு பெண்ணின் முகத்தின் ஒளியை — நிழலை மாற்றுவதால், வெவ்வேறான ஆடைகள் அவளுக்கு புதிய பின்புலத்தைத் தருவதால், அம்முகத்தை ஒருவன் எளிதில் மறந்திட முடியும். தம் விதியிடம் சரணடைந்து விடுவோர் உண்மையிலேயே இதனை அறிவர். எனினும், அப்போதும் இன்னும் யுவதியாயிருந்த என்னால், உங்கள் மறதியை புரிந்துகொள்ள இயலாதிருந்தது, ஏனெனில் உங்களிடத்தேயான எனது அளவற்றதும் சீரானதுமான அக்கறை, என்னை அடிக்கடி

நினைத்துப்பார்ப்பீர்கள், எனக்காக காத்திருப்பீர்கள் என உணரவைத்தது — அதுவொரு ஏமாற்று என்ற போதும், நான் உங்களுக்கு ஒன்றுமேயில்லை, என்னைப் பற்றிய ஞாபகம் சிறிதேனும் உங்களுக்கிருந்ததில்லை என்பது நிச்சமாயிருக்கையில், எப்படி நான் சுவாசித்துக் கொண்டிருப்பேன்? உங்களில் எதுவும் என்னை அடையாளங்கண்டதில்லை, ஞாபகத்தின் மெல்லிழைகூட உங்கள் வாழ்விலிருந்து என்னை வந்து சேர்ந்ததில்லை என்பதை உங்கள் கண்கள் எனக்குக் காட்டிய இத்தருணம், யதார்த்தத்தின் ஆழங்களில், என் விதியின முதல் சாயலில் என் முதல் வீழ்ச்சியாயிருந்தது.

அப்போது நீங்கள் என்னை அடையாளங்கண்டு கொள்ளவில்லை. இருதினங்களுக்குப் பிறகு மீண்டும் நாம் சந்தித்தபோது, உங்கள் கண்கள் ஒரு நிச்சயமான பரிச்சயத்துடன் என் மீது பதிந்தன உங்களை நேசிக்கும் யுவதியாக, என் வாழ்க்கையில் நீங்கள் விழிப்பு கொள்ள வைத்தவளாக அல்லாமல், இரு தினங்களுக்கு முன்னர் அதே இடத்தில் உங்களைச் சந்தித்த அழுகான 18வயதுப் பெண்ணாகவே அடையாளங்கண்டீர்கள். நட்பார்ந்த முறையில், லேசான புன்னகை மிளிர, வியந்து பார்த்தீர்கள். மீண்டும் உடனடியாக உங்கள் வேகத்தை மட்டுப்படுத்தி, மீண்டும் என்னை கடந்து போனீர்கள்; நடுங்கினேன், குதூகலித்தேன், என்னுடன் நீங்கள் பேசவேண்டும் என பிரார்த்தித்தேன். முதல்முறையாக, என்னை வாழும் பெண்ணாக நீங்கள் பார்த்ததை உணர்ந்தேன்; நானே மெல்ல நடந்து, உங்களைத் தவிர்க்கவில்லை. திடீரென எனக்குப்பின் நீங்கள் இருந்ததை உணர்ந்தேன்; பிரியமான உங்கள் குரல் நேரடியாக என்னுடன் பேசியதை கேட்க முடிந்ததை முதல் முறையாக இப்போது அறிவேன். எதிர்பார்ப்பு என்னை முடக்கிற்று; என் இருதயம் ஆவேசத்துடன் அடித்துக்கொண்டும் நீங்கள் என் பின்னேயும் இருந்ததால், நான் இருந்த இடத்தில் நிற்கவேண்டிவரும் என்று பயந்தேன். உங்களுக்குரிய எளிதான, உற்சாகமான விதத்தில், நீண்டகாலம் நாம் நட்பாக இருந்துவந்துள்ளது போல, என்னிடம் பேசினீர்கள் — என்னைக் குறித்து உங்களிடம் கருத்தேதும் இல்லை, என் வாழ்வு குறித்து ஒருபோதும் கருத்து கொண்டிருந்ததில்லை! — நீங்கள் என்னிடம் பேசியது கவர்ந்திழுக்கும் விதத்தில், சுதந்திரமாயும் எளிதானதாயும் இருக்கவே, என்னால் உங்களுக்குப் பதிலளிக்கவும் இயன்றது. நாம் இருவரும் அருகருகே வீதியில் நடந்தோம். அப்புறம்

இருவரும் எங்காவது சென்று சேர்ந்த சாப்பிடலாம் என்றீர்கள் ஒத்துக்கொண்டேன். உங்களை மறுதலிக்கும் வகையில் துணிந்திட எப்படி முடியும்?.

சிறியொதொரு உணவகத்தில் உண்டோம் — அது எங்கிருந்தது என்பது இன்னும் உங்களுக்கு தெரிந்துள்ளதா?. மற்ற மாலை வேளைகளிலிருந்து அந்தப்பொழுதை நீங்கள் பிரித்தறியவில்லை என்பது நிச்சயம், நான் உங்களுக்கு என்னவாய் இருந்தேன்? நூற்றுக்கணக்கானோரில் ஒருத்தி, எப்போதும் தொடர்கின்ற சங்கிலியில் ஒரு சாகசம். என்னைப் பற்றி ஞாபகப்படுத்திக் கொள்ள உங்களுக்கு அங்கே என்ன இருந்தது? எதுவுமில்லை, என் அருகே நீங்கள் இருந்ததும் என்னிடம் நீங்கள் பேசியதைக் கேட்டதும் முடிவில்லா மகிழ்ச்சியை அளித்தது. கேள்விகள் கேட்டோ முட்டாள்தனமாக உளறியோ, அதில் ஒரு கணத்தைக் கூட வீணடிக்க விரும்பவில்லை. வேட்கை மிகுந்த என் பக்திக்கு முழுமையாக எதிர்வினை புரிந்தீர்கள், எவ்வளவு மிருதுவாக லேசானவராக தந்திரமிக்கவராக இருந்தீர்கள், தொல்லை தரும் விதத்தில் அணுகாமல், அவசரம்காட்டாமல், பாசத்துடன் தழுவிடும் சமிக்ஞைகள் இன்றி, முதல் தருணத்திலிருந்து உறுதியானதும் நட்புமிக்கதுமான பரிச்சயத்தை வெளிப்படுத்தி, என் இருதயத்தை வென்றிருக்க முடியும் — எனது உளமாற என்னால் அது அளிக்கப்பட்டிருந்தால், நீண்ட காலத்திற்கு முன்னே உங்களுடையதாக இல்லாதிருந்தால் அல்லது அவ்வேளைக்கான எனது நன்றியை ஒருபோதும் மறக்கமாட்டேன், எனது அய்ந்தாண்டுகால, குழந்தைத்தனமான எதிர்பார்ப்பை ஏமாற்றாதிருந்தது எத்தகைய அற்புதமானது என்பது குறித்து உங்களிடம் எண்ணமேதும் இல்லை.

நேரமாகிக்கொண்டிருந்தது; உணவகத்திலிருந்து புறப்பட்டோம். வாயிலில், ஏதேனும் அவசரமா அல்லது நேரமிருக்கிறதா என வினவினீர்கள். உங்களுக்கு ஆயத்தமாயிருக்கிறேன் என்று எப்படி என்னால் வெளிக்காட்டாது இருக்க இயலும்? சிறிது நேரம் இருக்கலாம் என்றேன். அப்புறம் சிறிது தயக்கத்தை ஒதுக்கிவிட்டு, தன் அடுக்ககம் வந்து பேசிக்கொண்டிருக்கலாமா என்றீர்கள் “மிகவும் சந்தோஷத்துடன்” என்றேன். என் உடனடிப் பதிலுக்கு ஒரு வேளையில் தர்மசங்கடத்துடனோ சந்தோஷத்துடனோ நீங்கள் எதிர்வினையாற்றியதை கவனித்தேன் — ஆனால்

நீங்களும் வியப்புற்றிருந்தீர்கள். நீங்கள் ஏன் வியப்படைந்தீர்கள் என்பதை இன்று புரிந்துகொள்கிறேன்; பெண்கள் தம்மை வழங்கிட ஏங்குவது பழமையாயிருக்க, அவ்வாயத்த நிலையை நிராகரித்து, பீதிகொண்டதாக அல்லது ஆத்திரமடைந்ததாக பாவனை செய்து, முதலில் தம்மை கெஞ்சல்களால் பொய்களால் வாக்குறுதிகளால் உறுதிமொழிகளால் உறுதிப்படுத்த வேண்டும் என எதிர்பார்ப்பர். வேசியரே, தொழில்முறை நேசம் காட்டுவோரே அல்லது வெகுளித்தனமிக்க பதின்பருவத்தினரே, என்னைப்போல முழுமனதுடன் இத்தகைய அழைப்புக்கு இசைவை அளிப்பர். ஆனால் என்னிடத்தே அதனை எப்படி அனுமானித்தீர்கள்? —அது வார்த்தைகளில் தரப்பட்ட என் விருப்புறுதிதான், ஆயிரக்கணக்கிலான நாட்களின் ஏக்கம் பீறிடுதல் தான். எதுவாயினும், நீங்கள் அதிர்ந்து போனீர்கள்; நான் உங்களுக்கு ஆர்வம் மிக்கவளானேன். நாம நடந்து போனபோது, ஒருவித வியப்புடன் பக்கவாட்டில் நீங்கள் என்னை நோக்கியதை கவனித்தேன். மனிதம் சார்ந்த அனைத்திலும் உங்களது மாயமிக்க உணர்வுகள், இந்த அடங்கிய, அழகான யுவதியிடத்தேயான ரகசியத்திற்கு, வழக்கத்திற்கு மாறான ஒன்றிற்கு உடனடியாக மணமூட்டியது. சுற்றி வளைத்து தேடிடும் உங்கள் கேள்விகளிலிருந்து உங்கள் குறுகுறுப்பு விழித்தெழுந்ததை கவனித்தேன. — அம்மர்மத்தை கண்டறிய விரும்பினீர்கள். ஆனால் நான் நழுவினேன் உங்களிடமிருந்து: நீங்கள் என் ரகசியத்தை அறிந்துகொள்ளுமாறு விடுவதைவிடவும் முட்டாள்தனமாகத் தோன்றியது மேலானது.

உங்கள் அடுக்ககம் சென்றோம். அந்நடைபாதையும் படிக்கட்டுகளும் எனக்கு என்ன அர்த்தப்படுத்தின என்பதை உங்களால் புரிந்து கொள்ள இயலாது என்று நான் உங்களிடம் கூறுகையில், எத்தகைய கொந்தளிப்பும் குழப்பமும் என் மனதில் இருந்தது, எத்தகைய வேதனையான, அநேகமாக நிரந்தரமற்ற சந்தோஷம். இப்போதுகூட கண்ணீர் விடாமல் என்னால் அதைப்பற்றிச் சிந்திக்க இயலாது, என்னிடத்தே கண்ணீர் வற்றிப்போயுள்ளது. அக்கட்டிடத்திலுள்ள ஒவ்வொன்றும் என் வேட்கை நிரம்பியது, ஒவ்வொன்றும் என் குழந்தைப்பருவத்தின் என் ஏக்கத்தின் அடையாளம்: ஆயிரக்கணக்கான தடவைகள் நான் காத்திருந்த நுழைவாயில், உங்கள் காலடிகளைக் கேட்ட முதல் முறையாக உங்களை நான் பார்த்த படிக்கட்டு, என் ஆன்மாவைத் திறக்கச் செய்த கதவுத்துளை, ஒருமுறை நான் மண்டியிட்டிருந்த உங்களுடைய வாயிலுக்கு வெளியிலிருந்த

தரைவிரிப்பு, நான் காத்திருந்த இடத்திலிருந்து எப்போதும் என்னை துள்ளியெழவைத்த, சாவியின் கிளிக் சப்தம் என, என் குழந்தைப் பருவமெல்லாம், என் வேட்கையெல்லாம் இவ்வெளியின் சில மீட்டர்களுக்குள் இருந்தன இதுவே என் முழு வாழ்வாயிருந்தது, இப்போது புயலென என்மீது வீசிற்று, ஒவ்வொன்றும் நிஜமாகி வந்துகொண்டிருக்கிறது, நான் உங்களுடன் இருந்தேன், உங்கள் அடுக்கக் கட்டிடத்திற்குள் சென்று கொண்டிருந்தேன். அதுபற்றி நினைத்தால், புது அற்பமானதாக ஒலிக்கும், ஆனால் வேறுவிதமாக என்னால் சொல்ல இயலாது — உங்கள் கதவு வரை செல்வதே என் வாழ்வின் நிஜமாக, எனது பவித்திரமான அன்றாட உலகமாக இருந்தது போல — ஆனால் அதற்கப்பால் ஒரு குழந்தை உலகம் ஆரம்பித்தது; இப்போது நான் அடியெடுத்துவைத்த வாயிலில், தகிக்கும் கண்களுடன் ஆயிரந்தடவைகள் உற்றுநோக்கியிருந்தேன் என்பதை நினைத்துக் கொள்ளுங்கள், பிரியமானவரே இதனை யூகித்துக்கொள்ள முடியுமேயொழிய, முழுதாக அறிந்து கொள்ள முடியாது — கொந்தளிப்பான அந்நிமிடம் என்வாழ்வில் என்ன அர்த்தப்படுத்திற்று என்பதை.

இரவெல்லாம் உங்களுடன் தங்கினேன். அதற்கு முன் எந்த ஆணும் என்னைத் தொட்டதில்லை, என் உடலைப் பார்த்ததுமில்லை அனுபவித்ததுமில்லை என்பதை நீங்கள் கண்டுகொள்ளவில்லை. பிரியமானவரே இப்போது, உங்களிடத்தேயான என் ரகசியக் காதல் குறித்து உங்களுக்கு எண்ணம் ஏதும் இருந்து விடக்கூடாது என்பதன்பொருட்டு நான் எதிர்ப்பதும் காட்டாது, தயக்கமின்றி இருந்தபோது, நீங்கள் எப்படி அதனை யூகித்திருக்க முடியும்? லேசானதை விளையாட்டானதை பாரமற்றதையே நீங்கள் நேசித்து, இன்னொருவரது வாழ்வில் தலையிடுவதற்குப் பயப்படுவதால், அது உங்களுக்கு பீதியை ஏற்படுத்தியிருக்கும். ஒவ்வொருவருக்கும் உலகத்திற்கும் உங்களையே அளித்துவிட விரும்பும் நீங்கள், யாரும் தம்மைப் பலிதருவதை விரும்புவதில்லை. பிரியமானவரே இப்போது நான், என்னை உங்களிடம் வழங்கியபோது கன்னியாயிருந்தேன் என்று கூறினால், என்னைத் தவறாகப் புரிந்து கொள்ளவேண்டாம்! உங்களை நான் குற்றஞ்சாட்டவில்லை, என்னை கவர்ந்திருக்கவில்லை, பொய்யுரைக்கவில்லை, மயக்கவில்லை — உங்களை வற்புறுத்தியது நானே, உங்கள் மாரிலும் என் விதியிலும் வீழ்ந்தது நானே, எதன்பொருட்டும் உங்களை நான் குறைசொல்லவே

மாட்டேன், ஆசை தெறிக்க, பரவசத்தில் திளைக்க, அவ்விரவினைச் செழுமைப்படுத்தியமைக்காக நன்றியே பாராட்டுவேன். இருளில் என் கண்களைத் திறந்து என் அருகே உங்களை உணர்ந்ததும், எனக்குமேலே நட்சத்திரங்கள் இல்லாதது கண்டு ஆச்சரியமடைந்தேன், சொர்க்கத்தினை அண்மையில் உணரமுடிந்தது — பிரியமானவரே, அவ்வேளைக்காக நான் வருந்தியதே கிடையாது. உங்களின் அருகே இருந்தபோது, தூங்கிக்கொண்டிருந்த உங்களின் சுவாசத்தை கேட்டதையும் உங்களின் உடலை உணர்ந்ததையும் நினைத்துக் கொள்கிறேன்; இருளில் ஆனந்தக் கண்ணீர் உகுத்தேன்.

காலையில் சீக்கிரம் கிளம்பிடும் மும்முரத்தில் இருந்தேன். கடைக்குப் போகவேண்டியிருந்தது, உங்கள் வேலையாள் வருவதற்குள் போய்விடவும் விரும்பினேன்; அவர் என்னைப் பார்ப்பதை என்னால் தாங்கிக் கொள்ள இயலாது. உடையணிந்து உங்கள் முன் நின்றதும், என்னைத் தழுவி உற்று நோக்கினீர்கள்; இருண்டதும் தொலைவானதுமான ஞாபகம் உங்களிடம் கவனம் கொண்டிருக்கும் அல்லது நானிருந்தது போன்று அழகான ஆனந்தமானவளாக மட்டும் தோன்றினேனா? அப்புறம் என் வாயில் முத்தமிட்டீர்கள். இதமாக விலகிச் செல்வதற்கு இருந்தேன். “ சில மலர்களை எடுத்துச்செல்ல மாட்டாயா?” என்று நீங்கள் கேட்கவும் சரியென்றேன். மேசையிலிருந்த நீலஸ்படிக ஜாடியிலிருந்து நான்கு வெள்ளை ரோஜாக்களை எடுத்து என்னிடம் தந்தீர்கள், பல நாட்களுக்குப்பிறகு அவற்றை இன்னும் முத்தமிட்டுக்கொண்டிருந்தேன்.

மீண்டும் இன்னொரு மாலையில் சந்திக்க ஏற்பாடு செய்தோம். சென்றேன், மீண்டும் அது அதிசயமாயிருந்தது. மூன்றாம் இரவினை எனக்கு வழங்கினீர்கள். அப்போது நீங்கள் போகவேண்டியிருந்ததைத் தெரிவித்தீர்கள் — என் குழந்தைப் பருவத்தில் கூட உங்களது அப்பயணங்களை எப்படி வெறுத்தேன் தெரியுமா! — திரும்பியதும் என்னுடன் தொடர்பு கொள்வதாக வாக்களித்தீர்கள். உங்களிடம் எனது அஞ்சலக ஒப்பந்த முகவரியளித்தேன். என் பெயரை உங்களிடம் சொல்ல விரும்பவில்லை. ரகசியத்தை காப்பாற்றினேன். நீங்கள் விடைபெறும் போது மீண்டும் சில ரோஜாக்களைத் தந்தீர்கள்.

இரண்டு முழு மாதங்களாக ஒவ்வொரு நாளும் சென்று தபால் வந்ததா என்று விசாரித்தேன். இல்லை, காத்திருப்பின்

நரகவேதனையை, என் விரக்தியை ஏன் உங்களிடம் விவரிக்க வேண்டும்? உங்களை நான் குற்றம் சுமத்தவில்லை, சூடான குருதியும் மறதியும் உத்வேகமும் சீரற்றற தன்மையுள்ள உங்களை அப்படியே நேசிக்கிறேன். நீண்ட நாட்களுக்கு முன்பு திரும்பியிருந்தீர்கள், இரவில் உங்கள் சன்னல்களில் எனக்கு நீங்கள் எழுதவில்லை என்று நான் கூறமுடியும். அந்நாள் வரையும் இக்கடைசி மணி வரையும் ஒரு வரி கூட நீங்கள் எழுதியதில்லை, என் வாழ்வை உங்களுக்கு அளித்த எனக்கு ஒரு வரி கூட எழுதியதில்லை. காத்திருந்தேன், அவநம்பிக்கையுடன் காத்திருந்தேன். ஆனால் நீங்கள் என்னுடன் தொடர்புகொள்ளவில்லை, ஒரு வரியேனும் எழுதியதில்லை. ஒரு வரி கூட.

என் குழந்தை இறந்துவிட்டது நேற்று அது உங்கள் குழந்தையும்கூட. பிரியமானவரே, அது உங்கள் குழந்தை, அம்மூன்று இரவுகள் ஒன்றில் அதன் கருக்கொண்டது என்று உறுதிசெய்கிறேன், மரணத்தின் நிழலில் யாரும் பொய்யுரைப்பதில்லை. அது நம் குழந்தை, அதை நிச்சயப்படுத்துகிறேன், ஏனெனில் அவ்வேளைகளுக்கு இடையே யாரும் என்னைத் தொட்டதில்லை — உங்களிடம் என்னை அளித்ததும் என் உடலிலிருந்து அக்குழந்தை வெளிப்படுத்துவதற்குமான வேளைகளுக்கு இடையில், உங்கள் ஸ்பரிசத்தால் எனக்கு நான் புனிதமாயிருந்தேன்; எனக்கு எல்லாமுமாயிருந்த உங்களுடனும் போகிற போக்கில் என்னைத் தொட்டுச்சென்றுவிடுவோருக்குமிடையே எப்படி நான் என்னைப் பகிர்ந்துகொள்ள முடியும்? அது நம் குழந்தை, பிரியமானவரே, எனது பிரக்ஞைபூர்வமான நேசம் மற்றும் உங்களது கவனமற்ற, நடந்தேகும், அநேகமாக பிரக்ஞையில்லா உணர்வின் குழந்தை, நம் குழந்தை, நம் மகன், நமது ஒரே குழந்தை. இவ்வளவு ஆண்டுகளாக இக்குழந்தையை ஏன் ரகசியமாய் வைத்திருந்தாய், இன்று மட்டுமே குறிப்பிடுகிறாய், இப்போது அவன் இருளில் தூங்கிக்கொண்டு புறப்பட்டுவிட ஆயத்தமாக, ஒருபோதும் திரும்பாது இருப்பதற்கு உள்ள இப்போது குறிப்பிடுகிறாய்? என பிரியமானவரே கேட்பீர்கள் — பீதிகொண்டு, வியப்படைந்து இருக்கலாம். ஆனால் நான் எப்படி உங்களிடம் கூறியிருக்க முடியும்? அம்மூன்று இரவுகளில் மட்டும் விருப்பமிக்கவளாக, எதிர்ப்பின்றி, உண்மையில் ஆசையுடன், தன்னை உங்களிடம் வழங்கிய அந்நியரான என்னை நம்பியே இருக்கமாட்டீர்கள், உங்களிடம் நம்பிக்கை வைத்திருப்பதாக,

பற்நதோடிய உங்கள் சந்திப்பில் வந்த பெயர் தெரியாத பெண்ணை நம்பியே இருக்கமாட்டீர்கள் — அக்குழந்தையை உங்களுடையதாக சந்தேகப்படாது கருதியே இருக்கமாட்டீர்கள்! நான் கூறியது சாத்தியமிக்கதாக உங்களுக்குத் தோன்றினும், இன்னொருவரின் குழந்தையை உங்களிடம் நான் சுமத்த முயலுகிறேன் என்னும் ரகசியமான சந்தேகத்தை ஒதுக்கித் தள்ளிட உங்களால் முடிந்திருக்காது; ஏனெனில் நீங்கள் செல்வந்தராய் இருந்தீர்கள், என்னைச் சந்தேகித்திருப்பீர்கள், ஒரு நிழல், நமக்கிடையே நிராதாரவான தற்காலிக நிழல் படிந்திருக்கும். அதனை நான் விரும்பவில்லை. அத்துடன் உங்களை அறிவேன்; உங்களை நீங்கள் அறிந்துள்ளதைவிடவும் சிறப்பாக அறிவேன். கவலையற்றதும் லேசான இருதயமிக்கதும் காதலின் விளையாட்டு அம்சத்தை நேசிப்பவருமான நீங்கள், திடீரென இன்னொருவரின் வாழ்வுக்குப் பொறுப்பாவது உங்களுக்குச் சிரமமாயிருக்கும் என்பதை அறிவேன். சுதந்திரமான வேளையில்தான் உங்களால் சுவாசிக்க இயலும்; ஏதோஒருவகையில் என்னுடன் பந்தம்கொண்டிருப்பதாக நீங்கள் உணர்ந்திருப்பிர்கள். அதன்பொருட்டு என்னை வெறுத்திருப்பீர்கள் — உங்களின் பரக்ஞைபூர்வ விருப்புறுதிக்கு எதிராக அப்படிச் செய்திருப்பீர்கள் என்றறிவேன். சில மணி நேரங்களுக்குத்தான், பறந்தோடும் நிமிடங்களுக்குத்தான் உங்களுக்கு சுமையாக இருந்திருக்கக்கூடும் — ஆனால் எவ்வித கவலையுமின்றி உங்கள் ஆயளெல்லாம் என்னை நீங்கள் நினைத்திருக்க வேண்டும் என்ற பெருமிதத்தையே விரும்பினேன். உங்களிடம் சுமையேற்றாமல் அனைத்தையும் நான் தாங்கிக்கொண்டு, நீங்கள் எப்போதும் நேசத்துடனும் நன்றியுடனும் எண்ணிப்பார்க்கும் பெண்களில் ஒருத்தியாக மட்டுமே இருக்க விரும்பினேன். ஆனால் நீங்கள் என்னை நினைத்துப் பார்த்ததே இல்லை, மறந்துவிட்டீர்கள் என்பதுதான் விஷயம்.

பிரியமானவரே, உங்களை நான் குற்றஞ்சாட்டவில்லை, இல்லை. என் பேனாவில் அவ்வப்போது கசப்பின் துளி ஓடினால் மன்னிக்கவும் — என் குழந்தை, நம் குழந்தை, ஊசலாடும் மெழுகுவர்த்தி வெளிச்சத்தில் இறந்து கிடக்கிறது, கடவுளுக்கு எதிராக என் உள்ளங்கைகளை மடித்துக்கொண்டு, அவரைக் கொலைகாரன் என்கிறேன், என் புலன்கள் குழம்பியும் மரத்தும் போயுள்ளன. என் புலம்பலை மன்னியுங்கள்! இருதயஅடியாழத்தில் நீங்கள் நல்லவர், உதவிபுரிபவர்

என்றறிவேன், உதவிகோரும் அந்நியருக்குக் கூட உதவுவீர்கள், ஆனால் உங்கள் அன்பு மிக விசித்திரமானது, அவரவர்கள் எவ்வளவு முடியுமோ அவ்வளவு எடுத்துக்கொள்ளும் வகையில் திறந்திருப்பது, அது அடங்கிக்கிடப்பது — என்னை மன்னியுங்கள். எடுத்துக்கொள்ளப்படுமாறு கோருவது, உதவுமாறு வேண்டினால் உதவுவீர்கள், அவமானம் காரணமாக, பலவீனம் காரணமாக உதவுவீர்களொழிய ஆனந்தத்தால் அல்ல, தேவையிலும் வதையிலும் உள்ளவர்களை, சந்தோஷமாயுள்ள அவர்தம் சகோதரரைவிடவும் சிறப்பாக நீங்கள் விரும்பியதில்லை. உங்களைப் போன்றவர்களிடம் எதையேனும் ;கேட்பது கடினம். ஒருமுறை குழந்தையாயிருந்த நான் எங்கள் கதவுத்துவாரத்தினூடே கவனித்துக்கொண்டிருந்தபோது, உங்கள அழைப்புமணியை அழுத்திய பிச்சைக்காரனுக்கு எதையோ தருவதைப் பார்த்தேன். அவன் கேட்குமுன்னரே கணிசமான பணத்தைக் கொடுத்தீர்கள், ஆனால் ஒருவித பதற்றத்தில் அவசரத்தில் தந்தீர்கள், அவன் துரிதமாகப்போய்விடவேண்டும் என விரும்பினீர்கள்; அவன் முகத்தைப்பார்த்திட நீங்கள் பயப்படுவது போலிருந்தது. நன்றி பாராட்டுவதிலிருந்து பறந்தோடி அடக்கமாக உதவிடும் உங்கள் முறையை நான் மறந்ததேயில்லை, எனவே நான் உங்களிடம் வந்ததில்லை. இக்குழந்தை உங்களுடையது என்பது நிச்சயப்படாதபோதும், என்பக்கம் நின்றிருப்பீர்கள் என்றறிவேன். எனக்கு ஆறுதல் அளித்திருப்பீர்கள், நிறையப்பணம் தந்திருப்பீர்கள், ஆனால் ரகசியமான பொறுமையின்மையுடன்; ஆம், இக்குழந்தை பிறக்குமுன்னரே அதனை இல்லாது செய்யுமாறுகூட என்னைக்கேட்டிருப்பீர்கள் என்று நம்புகிறேன். வேறெதனையும் விட அதற்காக அஞ்சினேன் — ஏனெனில் அதனை நீங்கள் விரும்பியிருந்தால், அதனைச் செய்திருக்கமாட்டேன், எப்படி எதனையேனும் உங்களிடம் நிராகரித்திருக்கிறேன்? எனினும் இது உங்களுடையதாகையால், எனக்கு எல்லாமாக இருந்தது — என்னால் பற்றிக் கொள்ள முடியாத கவலையற்ற மனிதனாக, மகிழ்ச்சியானவனாக அல்லாமல், எப்போதைக்குமாக எனக்களிக்கப்பட்ட நீங்களாக இருந்தது — என்றெண்ணினேன். — என் உடலில், என் வாழ்வின் அம்சமாக இருந்தது. இப்போது ஒருவழியாக உங்களைக் கைப்பற்றி உள்ளேன், என் நரம்பு நாளங்களில் உங்கள் வாழ்வு வளர்கின்றதை உணரமுடிகிறது, உங்களுக்கு உணவும் பானமும் தரமுடியும், என் இருதயம் தவிக்கையில் உங்களைத் தழுவி

முத்தமிட முடியும். பிரியமானவரே, எனவேதான் உங்கள் குழந்தையைத் தாங்கியிருக்கிறேன் என்று தெரிந்ததும் அவ்வளவு பரவசமடைந்தேன், எனவேதான் உங்களிடம் கூறவே இல்லை, ஏனெனில் அப்போது மீண்டும் என்னிடமிருந்து உங்களால் தப்பமுடிந்திருக்காது.

பிரியமானவரே, என் மனதில் நான் எதிர்பார்த்திருந்ததுபோல அவை ஆனந்தமான மாதங்களாயில்லை; திகில் மற்றும் சிதரவதை, மானுடத்தின் கேட்டில் அருவருப்புடைய மாதங்களாய் அவை இருந்தன. காலம் எனக்கு எளிதானதாயில்லை. இறுதி மாதங்களில் என்னால் கடையில் பணிசெய்யமுடியவில்லை — இல்லாதுபோனால் என் உறவினர் விஷயத்தை தெரிந்து வீட்டுக்குச் செய்தி அனுப்பி இருப்பார். என் அம்மாவிடம் பணம் கேட்க விரும்பாத நான், குழந்தையின் பிரசவம் வரை, என்னிடமிருந்த சொற்பமான நகைகளை விற்றுச் சமாளித்தேன். அவன் பிறப்பதற்கு ஒருவாரம் முன்னர் என்னிடமருந்த கடைசிப்பணமும் சலவைப் பெண்ணால் திருடப்பட்டுவிட்டது. இதனால் வறுமைப்பட்ட பெண்டிரும் மட்டுமே செல்கின்ற பிரசவ மருத்துவமனைக்குச் செல்ல வேண்டியிருந்தது. வறுமையின் மத்தியில் உங்கள் குழந்தை பிறந்தது. அது அபாயகரமான இடமாயிருந்தது: அங்கு இருந்த பெண்கள் ஒருவருக்கொருவர் அந்நியர்களாக, தனித்தவர்களாக, ஏழ்மையால் ஒருவர் மற்றவரை வெறுத்தவராக இருந்தோம்; குளொரோஃபோர்ம், குருதி, அழுகுரல், முணகல்களாயிருந்த அவ்வார்டில் ஒரே சிதரவதை, வேசியருடன் சேர்ந்து வறுமை தாங்கிக்கொள்ளவேண்டியிருந்த, உள — உடல் அவமானத்தால் வருந்தினேன்; நிராதரவான பெண்களிடமிருந்து போர்வைகளை விலக்கிடும் முரண்சுவைமிக்க புன்னகைகளுடைய இளம் மருத்துவர்களின் அவநம்பிக்கையிலிருந்து, நம்பொதுவிதியை கொடுமையாக உணரச் செய்திடும் நோயாளிகள் — போலியான மருத்துவத் தேர்ச்சியுடையவர்கள் அம்மருத்துவாகள் மற்றும் செவிலியரின் பேராசை — ஒரு பெண்ணின் நாணம் பார்வைகளால் சிலுவையேற்றப்பட்டது, வார்த்தைகளால் கொடுமைக்குள்ளானது. இத்தகு இடத்தில் உங்கள் பெயரிலான அறிவிப்புதான் எஞ்சியிருப்பதெல்லாம், படுக்கையில் கிடப்பது, திரண்ட கதை தான் — பார்வைக்கு வைத்து பரிசீலிக்கப்படும் பொருள் — பிறப்புக்காக வீட்டில் பாசத்துடன் கணவர்கள் காத்திருக்க, வீட்டில் பிள்ளைகள் பெறுவோர், சோதனைச்சாலையில் இருக்கும் ஒருவரைப்போல, தனித்தும்

நிராதரவாயும் குழந்தையைப் பெற்றெடுப்பது எப்படியானது என்பதை அறியமாட்டார்கள்! இன்றைக்கு ஒருபுத்தகத்தில் "நரகம்" என்று வாசித்தேன் எனில், என் பிரக்ஞைபூர்வ விருப்புறுதிக்கு எதிராக, பெருமூச்சு, சிரிப்பு, குருதி ?, கூக்குரல் நிரம்பிய, நெரிசலான வார்டினை, நான அல்லல்பட்ட அவமானத்தின் இறைச்சிக் கூடத்தை உடனே நினைத்துக் கொள்வேன்.

இதுபற்றி உங்களிடம் கூறுவதற்காக என்னை மன்னியுங்கள், மன்னியுங்கள். இந்த ஒருமுறை மட்டுமே இவ்வாறு செய்கிறேன், மீண்டும், ஒருபோதும் செய்யமாட்டேன். 11 ஆண்டுகளாக எதுவும் சொல்லாதிருந்திருக்கிறேன், சீக்கிரமே நிரந்தரமாய் மௌனமாகி விடுவேன்; ஒரேயொருமுறை அழுதுதீர்க்கவேண்டும், என் குழந்தைக்காக எவ்வளவு உயர்ந்த விலை தந்தேன் என்று சொல்லியாக வேண்டும் — எனது எல்லா ஆனந்தமுமாக இருந்த அக்குழந்தை இப்போது உடலில மூச்சின்றிகிடக்கின்றது. அதன் புன்னகையில் குரலில், என் சந்தோஷத்தில் அவ்வேளைகளை நீண்ட நாளுக்கு முன்னரே மறந்திருந்தேன் ஆனால் இப்போது அவன் இறந்துவிட, அவ்வதை புதுப்பித்துள்ளது, இந்த ஒருமுறைமட்டும் என் இருதயத்திலிருந்து அழுது தீர்க்கவேண்டும். ஆதனால் உங்களைக் குற்றம் சொல்லவில்லை — அவ்வதையை அர்த்தமற்றதாக்கிய கடவுளைத்தான், கடவுளைத்தான் . உங்களைக் குற்றஞ் சாட்டவில்லை என உறுதிகூறுகிறேன்; ஒருபோதும் உங்களுக்கு எதிராக ஆத்திரத்தில் எழுந்ததில்லை. பிரசவவலியில் நான் அவதிப்பட்டுக்கொண்டிருந்தபோதும், மாணவர்களின் துளைத்தெடுக்கும் பார்வையில் அவமானத்தால் என் உடல் தவித்தபோதும், என் ஆன்மாவை வலி பிளந்திட்ட விநாடியிலும் கடவுளின் முன்னே உங்களை குற்றஞ்சாபடியதே இல்லை. அவ்விரவுகளுக்காக நான் வருந்தியதே இல்லை, உங்கள் மீதான நேசத்திற்காக நான் வருந்தியதே இல்லை; நீங்கள் சந்தித்த நாளை எப்போதும் ஆசிர்வதித்தேன். அவ்வேளைகளின் நரகத்திற்குள் மீறிண்டும் நான் போய்வரவேண்டியிருந்து, எனக்காக என்ன காத்திருந்தது என்பது முன்கூட்டியே தெரிந்திருந்தால், பிரியமானவரே, மீண்டும் அதனைச் செய்வேன், ஆயிரம் தடைவகளுக்கு மேலும் மீண்டும் செய்வேன்!

நம் குழந்தை இறந்துவிட்டது நேற்று — நீங்கள் அவனை அறியவே இல்லை. சந்தர்ப்ப வசமான சந்திப்பின் மின்னல்

பொழுதிலும் உங்கள் பார்வை அவன் மீது விழுந்ததில்லை. எனக்கு மகன் பிறந்ததும் நீண்டநாடகளாக உங்களிடமிருந்து என்னை மறைத்துக்கொண்டேன்; உங்கள் மீதான ஏக்கத்தின் வேதனை குறைந்தது, உங்கள் மீதான வேட்கை சற்று தணிந்தது அல்லது இப்போது எனக்கு குழந்தை கிடைத்திருப்பதால், என் காதல் காரணமாக அவ்வளவாக நான் துயரப்படவில்லை என்றெண்ணினேன். உங்களுக்கும் அவனுக்குமிடையே எனனை பகிர்ந்துகொள்ள விரும்பவில்லை, எனவே நானின்றி சந்தோஷமாக வாழும் உங்களுக்கன்றி, நான் தேவைப்படுகின்ற மகனுக்கு, ஊட்டங்கொடுத்து முத்தமிட்டு தழுவிடும் மகனுக்கு என்னை வழங்கினேன். உங்கள் மீதான அமைதியில்லா ஆசையிலிருந்து காப்பாற்றப்பட்டதாகத்தோன்றிற்று — அவ்வப்போதுதான் என் உணர்வோட்டங்கள், நீங்கள் வசித்த இடத்திற்கு என் எண்ணங்களை அனுப்பின. ஒன்றை மட்டும் செய்தேன்: உங்கள் பிறந்த நாளன்று, எப்போதும் வெள்ளை ரோஜாக்களின் கொத்தினை அனுப்பிவைத்தேன் — நம் காதலின் முதலாவது இரவுக்குப்பின் நீங்கள் அளித்த அதேவகை ரோஜாக்களை இந்தப்பத்து அல்லது பதினோறு ஆண்டுகளாக யார் அவற்றை அனுப்பினார் என எப்போதேனும் ஆச்சரியப்பட்டதுண்டா? எனக்குத் தெரியாது, உங்கள் பதிலை ஒருபோதும் அறியேன். இருளில் அவற்றை உங்களுக்கு அளிப்பதே போதுமானது எனக்கு, ஆண்டுக்கு ஒரு முறை, அத்தருணத்தின் ஞாபகத்தை மீண்டும் மலரச்செய்வது போதுமானது எனக்கு.

உங்கள் பரிதாபக் குழந்தையை உங்களுக்குத் தெரியவே தெரியாது — உங்களிடமிருந்து விலக்கி வைத்திருந்தமைக்காக என்னையே குற்றஞ்சாட்டிக்கொள்கிறேன் — ஏனெனில் அவனை நீங்கள் நேசித்திருப்பீர்கள். அப்பரிதாபக் குழந்தையை உங்களுக்குத் தெரியாது, அவன் தன் இமைகளை மெல்லத்திறந்து புன்னகைப்பதை மற்றும் தன் புத்திசாலித்தனமான கருவிழிகளின் — உங்கள் விழிகளின் — மகிழ்ச்சியான ஒளியை என் மீது, ஒட்டுமொத்த உலகத்தின் மீது வீசியபோது நீங்கள் பார்த்ததில்லை. எப்போதும் உற்சாகமாயிருந்தான், அன்பானவன்.. உங்கள் இருப்பின் லேசான இயல்பெல்லாம் குழந்தை வடிவில் மீண்டும் வெளிப்பட்டது; உங்களின் விரைவான, உயிரோட்டமான கற்பனை மறுபிறவி கொண்டிருந்தது. வாழ்வுடன்

நீங்கள் விளையாடுவதுபோல், அவன் மணிக்கணக்கில் வசீகரிக்கப்பட்டவனாய் பொருட்களுடன் விளையாடுவான். அவன் மேலும மேலும் உங்களைப்போல் ஆனான்; ஈர்ப்பது மற்றும் விளையாட்டத்தனத்தின் இருமை, அது பெரிதும் உங்களுடையது, அவனிடம் வளரத்தொடங்கியிருந்தது கண்கூடு; எவ்வளவுக்கு உங்களைப்போல் வளர்ந்தானோ அவ்வளவுக்கு அவனை நேசித்தேன. பள்ளியில் கடுமையாக பயின்றான், சின்னஞ்சிறு மேக்பிபோல் பிரெஞ்சு பேசினான், அவனது பயிற்சி நூல்கள் வகுப்பிலேயே தெளிவாயிருந்தன, அவன் மிக அழகாயிருந்தான், அவனது கருப்பு வெல்வெட்சூட்டில் அல்லது வெள்ளை மாலுமி சட்டையில் நேர்த்தியாயிருந்தான். அவன் எங்கு சென்றாலும் அனைவரிலும் மிக நேர்த்திகொண்டிருந்தான்: கிராடோவின் அட்ரியாடிக் கடற்கரையோர தங்குமிடத்திற்கு அவனை இட்டுச்செனறிருந்தபோது, பெண்கள் அவனின் அழகான தலைமுடியை கோதிவிட நின்றனர்; செமமரிங்கில் அவன் பனிச்சறுக்கு ஆடியபோது ஒவ்வொருவரும் அவனைப் பார்த்து பாராட்டினர். அவன் பொலிவான தோற்றமும் மெல்லியல்பும் மிகுந்து கவர்ந்திழுத்தான்; சென்ற ஆண்டு அவன் தெரசியன் அகாடெமியில் இருந்தபோது, 18 ஆம் நூற்றாண்டின் படைவீரனைப்போல சீருடை அணிந்து, சிறுவாளினை ஏந்தியிருந்தான் — இப்போது பரிதாபமான அவன் வெளிறிய உதடுகளும் அடித்த கைகளுமாக தன் இரவு உடையில் இருக்கிறான்.

மேல்தட்டு வர்க்கங்களின் உற்சாகமான கவலையில்லா வாழ்வு வாழ அனுமதித்த நான், இவ்வளவு ஆடம்பரத்துடன் எப்படி குழந்தையை வளர்க்க முடிந்தது என நீங்கள் ஆச்சரியப்படக்கூடும். பிரியமானவரே, இருளிலிருந்து உங்களிடம் பேசுகிறேன்; நான் அவமானமுறவில்லை, நான் சொல்கிறேன், ஆனால் பீதியுறவேண்டாம் — என்னை விற்றேன். ஆனால் நான் தெருவில் திரிபவள் அல்ல, வேசியில்லை, என்னை விற்றேன். செல்வந்த நண்பர்களும் செல்வந்த காதலர்களும் இருந்தனர்; முதலில் அவர்களைத் தேடிப்போனேன், அப்புறம் என்னைத் தேடி வந்தனர், ஏனெனில் மிக அழகாயிருந்தேன். என்னை நான் வழங்கிய ஒவ்வொருவரும் என்னிடம் பிரியமாயிருந்தனர், அனைவரும் நன்றி பாராட்டினர், நெருக்கமாயிருந்தனர், அனைவரும் நேசித்தனர் — பிரியமானவரே, உங்களைத்தவிர, உங்களைத்தவிர !

என்னை விற்றுவிட்டேன் என உங்களிடம் சொலவதற்காக இப்போது என்னை பழிக்கின்றீர்களா? மாட்டீர்கள் என்பதை அறிவேன்; ஒவ்வொன்றையும் புரிந்துகொள்கிறீர்கள், உங்களுக்காகவே, உங்களின் இன்னொரு அகத்திற்காக, உங்கள் குழந்தைக்காகவே இதனைச் செய்தேன் என்பதையும் புரிந்துகொள்வீர்கள். ஒருமுறை பிரசவ மருத்துவமனையின் அவ்வார்டில், வறுமையின் கொடிய அம்சத்தைத்தொட்டிருந்தேன், இவ்வுலகின் எளியவர்கள் எப்போதும் அடிமட்டத்தினராக, அவமானப்பட்டவராக, பலியாட்களாக இருந்துள்ளதை அறிவேன்; சமூகத்தின் சாக்கடையில், இருண்ட அற்பமான வீதிகளில், அடுக்கக் கட்டிடத்தின் பின்னுள்ள அறையில் மாசு படிந்த காற்றில், உங்களின் பிரகாசமான அழகிய மகனை வளரவிட்டிருக்கமாட்டேன். அவனது இளம்வாய் சாக்கடை மொழியை அறிவதை அல்லது அவனது வெண்ணிற உடல், ஏழைகளின் மோசமான உடையணிவதை நான் விரும்பவில்லை —உங்கள் குழந்தை எல்லாச் செல்வங்களையும் பூமியில் உள்ள வசதிகளையெல்லாம் பெற இருந்தது; உங்களது வாழ்வு வட்டத்தில் உங்களுக்குச் சமமாக வளர இருந்தான்.

என்னை விற்றதற்கு எனது ஒரே காரணம் அதுவே, பிரியமானவரே. அது எனக்குத் தியாகமில்லை, ஏனெனில் மக்கள் வளமையாக கௌரவம் — அகௌரவம் என்றழைப்பது எனக்கு ஒன்றுமட்டதாயிருந்தது; நீங்கள் என்னை நேசிக்கவில்லை, என் உடல் உரித்தானது உங்களுக்கு மட்டுமே, ஆதலின் அதற்கு நிகழந்த எதன்மீதும் அலட்சியமாயிருந்தேன். அம்மனிதர்களின் தழுவல்கள், வேட்கைமிக்க அணுகல்கள் கூட என்னை ஆழமாகத்தொடவில்லை — அவர்களில் பலருடன் நான் கவனத்துடன் செல்லவேண்டியிருந்தாலும், என்விதி என்னவாய் இருந்திருந்தது என்று நினைத்துப் பார்த்தபோது, அவர்தம் பிரதிபலன்பாரா நேசம் என்னை உலுக்கி எடுத்தது. அவர்களனைவரும் என்னிடம் நல்லபடியாக இருந்தனர், என்னிடம் ஈடுபாடு கொண்டனர், மரியாதை காட்டினர். குறிப்பிட்டுச் சொல்லவேண்டுமாயின், வயதான ஒருவர், மனைவியை இழந்தவர் பிரபுவாக இருந்தவர், தானே வீடுவீடாகச்சென்று உங்கள குழந்தை தெரசியன் அக்காடமியில் சேர்ந்திட பாடுபட்டார் தன் மகளைப்போல என்னை நேசித்தார். தன்னை மணந்துகொள்ளுமாறு மூன்றல்லது நான்குமுறை கேட்டார். இன்றைக்கு பிரபுகுல சீமாட்டியாக, வசீகரமான டைரால் கோட்டையின் சொந்தக்காரியாக,

கவலையற்ற வாழ்வு நடத்துபவளாய் இருந்திருப்பேன், ஏனெனில் அக்குழந்தையை கொண்டாடும் அன்பான தந்தை கிடைத்திருப்பார், என்பங்கிற்கு அமைதியான தனித்துவமிக்க அனபான கணவர் கிட்டியிருப்பார் — எவ்வளவு முறை அவர் வற்புறுத்தினாலும், எனது நிராகரிப்புகள் அவரைப் புண்படுத்தினாலும், அவரை நான் ஏற்கவில்லை. அது தவறாக இருக்ககூடும், ஏனெனில் அப்போது நான் எங்கோ ஓரிடத்தில் அமைதியாய் இருந்திருப்பேன், பிரியமான என் குழந்தை என்னுடன் இருந்திருக்கும், ஆனால் — உங்களிடம் ஏன் நான் சொல்லக்கூடாது? என்னை நான் பிணைத்துக்கொள்ள விரும்பவில்லை, எந்நேரத்திலும் உங்களுக்காக சுதந்திரமாயிருக்க விரும்பினேன். என் உள்ளார்ந்த இருதயத்தில், நானறியாத என்னுயல்பின் ஆழங்களில், ஒருநாள் என்னை உங்களிடம் அழைத்துக்கொள்வீர்கள், ஒருமணி நேரத்திற்கேனும், என் குழந்தைப்பருவ கனவு வாழந்திருந்தது. ஒவ்வொரு மணி நேர சாத்தியத்தற்காக மற்றவற்றையெல்லாம் மறுதலித்தேன் — அப்போதுதான் உங்கள் முதல் அழைப்பிற்கு பதிலளிக்கும் சுதந்திரம் கொண்டிருப்பேன் என்பதால், என் குழந்தைப்பருவத்தை தாண்டி வளர்ந்தது, உங்கள் விருப்புறதியை அறிய காத்திருந்தது காத்திருந்ததுதான் எனபதன்றி என் ஒட்டுமொத்த வாழ்வும் வேறு என்னவாய் இருந்தது?

அவ்வேளை வரவே செய்தது;, ஆனால் அது உங்களுக்குத் தெரியாது, பிரியமானவரே, அதுப்பற்றிய எண்ணம் உங்களுக்கு இல்லை! அப்போதும் நீங்கள் என்னை கண்டுகொள்ளவில்லை — ஒருபோதும் கண்டுகொள்ளவில்லை! நாடக அரங்கில். கச்சேரிகளில், வீதிகளில் என பலமுறை உங்களைச் சந்தித்திருந்தேன் — ஒவ்வொரு முறையும் என் இருதயம் தாவியது, ஆனால் நீங்கள் என்னை கடந்துபோய்விட்டீர்கள்; வெளிப்பார்வைக்கு இப்போது நான் வித்தியாசமானவள், நாணிய குழந்தை ஒரு பெண்ணாகியிருந்தது, விலையுயர்ந்த துணிமணிகள் உடுத்தி அபிமானிகள் சூழ்ந்திருக்க, அழகியாயிருந்தேன். உங்கள் படுக்கையறையில் மங்கிய வெளிச்சத்தில் அந்நாணமிக்க யுவதியை என்னிடம் எப்படி கண்டுபிடிக்க முடிந்தது? சில வேளைகளில் என்னுடன் இருந்த நபர் உங்களை வணங்கினார், பதிலுக்கு நீங்கள் வணங்கி என்னை நோக்கினீர்கள். ஆனால் அது மரியாதைமிக்க அந்நியனின் பார்வையாயிருந்தது, பாராட்டும் தன்மையாயிருந்தது, ஆனால் என்னை கண்டுக்கொள்ளவில்லை; விசித்திரமாய், மிக

விசித்திரமாயிருந்தது. ஒருமுறை, நான் பழகிப்போயிருந்தாலும், என்னை அடையாளங்காணத்தவறியமை, வதைக்கும் ஒன்றானது இன்னும் ஞாபகம் இருக்கிறது. இசை நாடக அரங்கில் என் காதருடன் அமர்ந்திருந்தேன், எங்களுக்கு அடுத்த இருக்கையில் இருந்தீர்கள். நிகழ்ச்சி தொடக்கத்தில் வெளிச்சம்; மங்கிட, உங்கள் முகத்தை என்னால் பார்க்கமுடியாமல், அம்முதலாம் இரவில் இருந்தது போன்று அண்மையில் கேட்ட உங்கள் சுவாசத்தை உணாந்தேன்; நம் இருக்கைகளுக்கு இடையிலிருந்த வெல்வெட் தடுப்பின்மீது உங்களது நேர்த்தியான நாசூக்கான கரம் இருந்தது. வெளிமுறை என்னை தாங்கியிருந்ததாக நானுணாந்த தொடுதலுக்குரிய, விசித்திரமான, பிரியமான அக்கரத்தின்மீது குனிந்து முத்தமிட்டேன். என்னைச் சுற்றிலும் இசை எழுச்சியுடன் சூழந்திருக்க, என் ஏக்கம் மேலும்மேலும் வேட்கைமிக்கதாயிட, என் ஆற்றலையெல்லாம் செலுத்தி என்னை அங்கே அமர்ந்திருக்க வைத்திருக்க, பிரியமிக்க உங்களது கரத்தின்மீது என் இதழ்கள் ஈர்க்கப்பட்டன. முதல் பகுதி நாடகம் முடிந்ததும், என் காதலரை என்னுடன் கிளம்பி வருமாறு கேட்டுக்கொண்டேன். என் அந்நியராக ஆனால் அவ்வளவு நெருக்கமாக இருளில் நீங்கள் அமர்ந்திருக்க, என்னால் தாங்கிக்கொள்ள முடியாமற்போயிற்று.

ஆனால் அவ்வேளை வரவேசெய்தது, மீண்டும் ஒருமுறை, புதையுண்ட என் ரகசிய வாழ்வில் கடைசி முறை வந்தது. அநேகமாக ஓர் ஆண்டுக்குமுன், உங்கள் பிறந்தநாளுக்கு அடுத்தநாள் அது. உங்கள் பிறந்த நாளை ஒரு விழா போல எப்போதும் கொண்டாடிய நான் அந்நேரமெல்லாம் உங்களையே நினைத்துக்கொண்டிருந்தது புதிரானது. உங்களுக்கு அனுப்புமாறு ஒரு கடையில் நான் ஏற்பாடு செய்திருந்த வெள்ளை ரோஜாக்கள் வாங்க அதிகாலையில் வெளியே கிளம்பியிருந்தேன் — நீங்கள் மறந்திருந்த வேளையின் ஞாபகமாக, கடந்த ஆண்டு நான் செய்ததுபோலவே, பிற்பகலில் என் மகனுடன் வெளியேறினேன், டொமல்காஃபி விடுதிக்குச் சென்று, பின்னர் மாலையில் நாடக அரங்கம் போனோம்.; அந்நாளின் முக்கியத்துவத்தை அவன் அறியாதபோதும், ஒரு மர்மமிக்க முறையில் கொண்டாடப்படவேண்டிய சந்தர்ப்பம் என்பதை அவன் இளமையிலிருந்தே உணரவேண்டுமென்று விரும்பினேன். மறுநாள், என்னைப் போற்றி மகிழ்ந்த, ப்ரூனைச் சேர்ந்த உற்பத்தியாளரான செல்வந்தரான அப்போதைய காதலனுடன் வெளியயே போனேன்; எஞ்

சியவர்களைப்போன்றே என்னை மணக்க விரும்பிய அவரது முன்மொழிவுகளை இயல்பாகவே நிராகரித்துவிட்டேன் — எனக்கும் என் குழந்தைக்கும் அனபளிப்புகளை அவர் வாரி கொட்டிருப்பினும்; தனக்கே உரிய அருவருப்பானதும் பணிந்துபோவதுமான வழியில் அன்பாயும் இருந்தார். ஒரு கச்சேரிக்குச் சென்றோம் உற்சாகமிக்க சகாக்களை அங்கு சந்தித்தோம், ரிங்க்ஸ்ட்ராஸ்ஸேயில் ஓர் உணவகத்தில் உண்டோம். ஆங்கே பேச்சும் சிரிப்பும் நிறைந்திருக்க, நாட்டடிய கூடம் சேர்ந்த கா.ஃபி விடுதி டாபரினுக்கு போகலாம் என்றேன். அதுபோன்ற விளையாட்டு, தன்மைளுடன், ஒழுங்கமைக்கப்பட்ட மது உல்லாசத்துடன் உள்ள அதுபோன்ற காஃபி விடுதிகளை இயல்பாக நான் வெறுத்து, இத்தகு ஆலொசனைகளை ஆட்சேபவிப்பவளாக நானிருக்க .இத்தடவை என்னிடமிருந்த அடியாழங்காணமுடியாத மாய ஆற்றல், திடீரென என்னை அறியாமலும் மற்றவர்களின் கலகலப்பான கொண்டாட்டத்தின் மத்தியில் அதனை கூறுமாறுசெய்தது — அங்கே விசேடமான ஒன்று எனக்காக காத்திருந்ததுபோல, போகவேண்டும் என்னும் திடீர், விளக்கமுடியாத ஆசைஎனக்கிருந்தது. எப்படியேனும் என் விருப்பத்தை ஈடேற்றிவிடுபவள், எனபதால் அவர்களெல்லாம் எழுந்துநிற்க, டாபரினுக்குச்சென்றோம், சாம்பெயன் பருகினோம். என் வழக்கத்திற்கு மாறான வகையில், அநேகமாக வலிதரும் கொண்டாட்டத்தில் ஆழ்ந்துபோனேன். குடித்துக்கொண்டேயிருந்த நான், மற்றவர்களுடன் சேர்ந்து உணர்ச்சிவசமான பாடல்கள் பாடினேன், நடமாடும் அல்லது குதுகலிக்கும் அவசத்தை உணர்ந்தேன்.

ஆனால் திடீரென்று குளிர்ந்ததோ, சூடானதோ என இருதயத்தின்மீது வைக்கப்பட்டதுபோல உணாந்தேன் — நின்றுபோனேன். என்னைப் பாராட்டுவதுபோல, ஆசை நிறைந்த வெளிப்பாட்டுடன், எனது முழுஉடலையும் கொந்தளிப்பில் ஆழ்த்திடுவதான வெளிப்பாட்டுடன், அடுத்த மேசைமுன் சில நண்பர்களுடன் அமர்ந்திருந்தீர்கள். பத்து ஆண்டுகளில் முதல் முறையாக, உங்கள் இருப்பின் நீங்களறியாத வேட்கைமிகு ஆற்றலுடன், மீணடும் என்னை உற்று நோக்கினீர்கள். நடுங்கினேன், நான் உயர்ந்தியிருந்த கண்ணாடி குவளை அநேகமாக என் கைகளிலிருந்து நழுவியது. நல்வாய்ப்பாக , என் சகாக்கள் என் குழப்பத்தை காணவில்லை; சிரிப்பு — இசையின் உத்வேகத்தில் அது காணாதுபோனது.

உங்கள் பார்வை மேலும்மேலும் தீவிரமிகுந்து, என்னை முற்றிலும் அமிழ்த்தியது. கடைசியில், மிக கடைசியில் நீங்கள் என்னைக் கண்டுகொண்டீர்களா அல்லது அந்நியரான இன்னொருவரைப்போல என்னை விரும்பினீர்களா என எனக்குத் தெரியாது. என் கன்னக்கதுப்புகளுக்கு குருதி ஏறியது. எங்கள் மேசையை சுற்றியிருந்த சகாக்களுடன் கவனம் பிசகியவளாக பதிலளிப்பேன். ஊங்கள் பார்வை என்னை எப்படி குழப்பமிக்கவளாயிற்று என்பதை நீங்கள் கவனித்திருக்கவேண்டும் . அப்போது அவர்கள் கவனியாதபடி, உங்கள் தலையசைவால், உணவகத்திலிருந்து ஒரு கணம் வெளியே போய்வரலாம் என்னும் கோரிக்கையை சமிக்ஞை செய்தீர்கள். பணம் செலுத்திவிட்டு, நண்பர்களிடம் விடைபெற்று வெளியேறி, வெளியே காத்திருப்பதாக என்னிடம் சுட்டிக்காட்டிபோனீர்கள். கொட்டும் பனியில், காய்ச்சலில் கிடப்பதுபோல நடுங்கிகொண்டிருந்தேன். யாருக்கும் பதில்சொல்ல இயலாத என்னால் என் குருதியோட்டத்தை கட்டுப்படுத்த முடியவில்லை. சந்தர்ப்பம் வாய்ந்ததுபோல, அக்கணத்திலே, ஒரு ஜோடி கருப்பு நடனமணிகள், குதிகால்கள் சரசரக்கவும், கீச்சு குரலான கூச்சல்களும் புது வகை ஆட்டமொன்றில் இறங்கினர்; ஒவ்வொருவரும் அவர்களை கவனித்தனர், அவ்விநாடியைப் பயன்படுத்திக்கொண்டதுடன். ;எழுந்துநின்ற நான். ஒரு கணத்தில் திரும்புவதாக என் காதலனிடம் சொல்லிவிட்டு, உங்களைப் பின் தொடர்ந்தேன்.

பொருள் வைப்பறைக்கு வெளியே எனக்காககாத்திருந்தீர்கள்: நான் வெளிவந்ததும் உங்கள் தோற்றம் பிரகாசம் பெற்றது. புன்னகைத்தபடி என்னை சந்திக்க விரைந்துவந்தீர்கள், கடந்தகாலத்தின் குழந்தையாகவோ இரண்டாண்டுகளுக்கு பிந்தைய சிறுமியாகவோ என்னை நீங்கள் அடையாளம் காணாததை உடனே கண்டேன. மீண்டும் உங்களுக்கு புதிய நபராக, அறியாத அந்நியராக என்னை நெருங்கி கொண்டிருந்தீர்கள்.

ஒருநாள் எனக்கு ஒருமணிநேரம் ஒதுக்கமுடியுமா? என ரகசியமான குரலில் கேட்டீர்கள் — ஒரு மாலைப்பொழுதிற்கு வாங்கிக்கொள்ளக் கூடியவர்களில் ஒருத்தியாகவே என்னை கருதிக்கொண்டீர்கள் என்பதை உங்கள் நடத்தையிலிருந்து புரிந்துகொண்டேன.

ஒரு தசாப்தற்கு முன்னர் தெருவில் அந்தியில் அச்சிறுமி கூறிய அதே பணிவான "ஆம்" என்பதைக்கூறினேன்.

அப்படியானால் எப்பொழுது சந்திக்கலாம். 'நீங்கள் விரும்பும் போதெல்லாம்' என்றேன் — உங்களின் முன்னே எனக்கு அவமானமாய் இல்லை. லேசான வியப்புடன் என்னை நோக்கினீர்கள் — எனது உடனடி இசைவு உங்களை திடுக்கிட வைத்தபோது நீங்கள் காட்டியிருந்த அதே சந்தேகத்திற்குரிய ஆர்வம் கலந்த வியப்பு.

"இப்போது முடியுமா?'

"முடியும், போகலாம்".

என் மேல்கோட்டினை எடுக்க பொருட்கள் வைப்பறைக்குச் சென்றுகொண்டிருந்தேன். எங்கள் மேல்கோட்டுகளுக்கான டிக்கெட் என் காதலரிடம் இருந்தது அப்போது மனதில் உதித்தது. அவரிடம்போய் கேட்பது விரிவான காரணமின்றி சாத்யமற்றதாய் இருந்திருக்கும்; மறுபுறத்தே, இத்தனை ஆண்டுகளாய் நான் ஏங்கியிருந்த, உங்களுடனான இந்நேரத்தை இழக்கவும்போவதில்லை. எனவே விநாடி கூட தயங்கவில்லை; மேல்கோட்டு குறித்த எண்ணமி;ன்றி, பனிவீசும் இரவுக்குள், என் மாலை நேர ஆடையின்மீது என் துப்பட்டாவை போட்டுக்கொண்டு நடந்தேன். புல ஆண்டுகளுக்கு பிறகு அந்நியன் முதல்முறையாக விசிலடித்தும் அவனுடன் ஓடிவிடும் அவள், தனது காதலரை முட்டாளைப்போல தோன்ற வைத்து, நணபர்கள் முன்னே அவரை அவமானப்படுத்திக்கொண்டிருந்தாலும், என்னை பராமரித்து வந்த அன்பான சினேகிதரை ஒரு பொருட்டாக எண்ணாமலும் நடந்தேன். நேர்மையான சினேகிதரிடத்தேயான எனது கேடுகெட்ட வெட்ககரமான நன்றிகெட்ட நடத்தையை அப்படியே அறிந்திருந்தேன். நான் முட்டாள்தனமாயிருந்தேன். என் பைத்தியகாரத்தனத்தில் அன்பானவரை காயப்படுத்தியதாக உணர்ந்தேன — ஆனால் மீண்டும் உங்கள் உதடுகளைத்தொட்டு, எனது நெருக்கத்தில் நீங்கள் கிசுகிசுப்பதைக் கேட்டிட, இருந்த எனது பொறுமையின்மையுடன் ஒப்பிடுகையில், எனக்கு நட்பென்ன, ஒட்டுமொத்த வாழ்வென்ன? உங்களை அவ்வளவு நேசித்தேன், இப்போது எல்லாம் முடிந்துவிட்டது. என் மரணப்படுக்கையிலிருந்து நீங்கள் வரச்சொன்னால், எழுந்து

உங்களுடன் சென்றுவிடும் திராணியை சட்டென்று பெற்று விடுவதே என்று நம்புகிறேன்.

நுழைவாயிலுக்கு வெளியே ஒரு கார் இருந்தது, உங்கள் அடுக்ககம் போனோம், மீண்டும் உங்கள் குரலைக்கேட்டேன், உங்கள் மென்மையான இருப்பை எனக்கு நெருக்கத்தில் உணர்ந்தேன், உத்வேகம் மிக்கவளாக, முன்போலவே குழந்தைத்தனமாக சந்தோஷமானவளாக இருந்தேன். பத்து ஆண்டுகளுக்கு மேலும் கழிந்த பிற, அப்படிகட்டுகளில் நான் ஏறியபோது — அவ்விநாடிகளில் கடந்த காலம் — நிகழ்காலம் என எல்லாவற்றையும் எப்படி இரட்டிப்பாக உணர்ந்தேன் என இப்போது என்னால் விரிக்க இயலாது, அதிலெல்லாம் நீங்கள் மட்டுமே எனக்கான விஷயம். உங்கள் அறையில் அவ்வளவாக மாறுதல் இல்லை, கூடுதலாக சில படங்கள், சில புத்தகங்கள், அங்குமிங்குமாக சில மேசை நாற்காலிகள் அவ்வளவே: எனக்குப்பரிச்சயமானதாகவே இருந்தது. ரோஜாக்களின் ஜாடி டெஸ்க் மீதிருந்தது — நேற்று முந்தைய தினம் உங்கள் பிறந்த நாளன்று, உங்களுக்கு ஞாபகமில்லாத ஒருவரின் நினைவாக, நான் அனுப்பியிருந்த ரோஜாக்கள் — கையோடுகைசேர்த்து, உதட்டோடு உதடுசேர்த்து, உங்களுக்கு அருகாமையில் இருந்த இப்போதும் நீங்கள் அடையாளங்காணவில்லை. இருந்தபோதும் அம்மலர்களை நீங்கள் பார்த்துக்கொண்டதை எண்ணிப்பார்ப்பது எனக்கு நன்றாயிருந்தது: எனது மற்றும் எனது நேசத்தின் சுவாசம் உங்களைத் தொட்டிருக்கவே செய்தது என அர்த்தப்படுத்தியது.

என்னை தழுவிக்கொண்டீர்கள். மீண்டும் ஒருமுறை, முழுமையான அதிசயமான இரவினை உங்களுடன் கழித்தேன். ஆனால் எனது நிர்வாண உடலைக்கூட நீங்கள் அடையாளங்காணவில்லை. உங்களின் தேர்ச்சிமிகு தழுவல்களை ஏற்றுக்கொண்டேன், உங்கள் வேட்கை, நீங்கள் உண்மையிலேயே நேசித்தவளுக்கும் தன்னை விற்கின்றவளுக்குமிடையே பேதம் பாராமல், உங்கள் ஆசைக்கு அடிபணிந்தீர்கள், உங்கள் இயல்பின் செல்வத்தை சிந்திக்காது செலவழித்தீர்கள். நாட்டியவிடுதியில் இருந்து நீங்கள் இட்டுவந்த, அவ்வளவு கதகதப்புடனும் மரியாதையுடனும் இருந்த பெண்ணிடம் கண்ணியமாக பாசம் வைத்தீர்கள்; இருந்தும் அதேவேளையில் அவ்வளவு வேட்கையுடன் ஒருத்தியை உடமையாக்கிக்கொண்டு

அனுபவித்தீர்கள்; மீண்டும் ஒருமுறை என் பழைய மகிழ்வில் கிறங்கி, தனித்துவமான உங்களது இருமையை உணர்ந்தேன் — அறிந்துகொள்கின்ற, அறிவார்த்த வேட்கை புலனின்பத்தில் ஒன்றிப்போயிருந்தது. நான் குழந்தையாயிருந்தபோது, உங்கள் வசியத்தின் கீழ் அது என்னை ஏற்கனவே கொண்டுவந்திருந்தது. கலவியின் தருணத்தில் இவ்வளவு ஒருமுகப்படுத்தலை வேறெந்த ஆணிடமும் நான் உணாந்ததே இல்லை — உங்களது ஆழந்த இருப்பின் அப்படியொரு பீறிடல் மற்றும் பிரதிபலிப்பு அது; அப்போது முடிவற்றதும் அநேகமாக மனிதாயமற்ற மறதியிலும் அது அணைந்துபோக இருந்தாலும், ஆனால் என்னையும் மறந்துபோனேன்; இருளில் உங்களருகே இப்போது இருந்த நான் யார்? கடந்த காலத்தின் ஆர்வமிக்க குழந்தையா, உங்கள் குழந்தையின் தாயா ஒரு அந்நியரா? ஓ எல்லாம் அவ்வளவு பரிச்சயமானது, அனைத்தையும் முன்னரே அறிந்திருந்தேன், அவ்வேட்கைமிக்க இரவில் அனைத்தும் எழுச்சியூட்டும் விதத்தில் புதிதாயிருந்தது. அது முடிந்துவிடக்கூடாது என பிரார்த்தித்தேன்.

காலை புலர்ந்தது, தாமதமாக எழுந்தோம், உங்களுடன் காலை உணவு உண்ண அழைத்தீர்கள். புலப்படாத சேவகன் மேசையில் ரகசியமாய் வைத்திருந்த தேநீரைப் பருகினோம், பேசினோம். என்னைக் குறித்த மறைமுகக்கேள்விகளோ என் மீதான ஆர்வமோ இல்லாமல், உங்கள் இயல்பு குறித்து திறந்த மனதுடன், நம்பிக்கையுடன் பேசினீர்கள். என் பெயரையோ எங்கு வசித்தேன் என்பதையோ வினவவில்லை: மீண்டுமொருமுறை உஙகளுக்கு ஒரு சாகசமாக, இனந்தெரியாத பெண்ணாக, மறதியின் புகை மூட்டத்தில் தடயமின்றி கரைந்துவிடும் ஒரு மணி நேர வேட்கையாயிருந்தேன். இரண்டல்ல மூன்று மாதங்கள் வடக்கு ஆப்பிரிக்காவில் இருக்கபோவதாகக் குறிப்பிட்டீர்கள், என் ஆனந்தத்தினிடையே நடுக்கமுற்றேன், ஏற்கனவே என் காதுகளில் வார்த்தைகள் இரைந்துகொண்டிருந்தன: எல்லாம் முடிந்தது, மறந்து போனது! “உங்களுடன் அழைத்துச்செல்லுங்கள், கடைசியில் என்னை அடையாளங்கண்டுகொள்ளுங்கள் — இத்தனை ஆண்டுகளுக்குப்பிறகு!” என உங்கள் காலில் விழுந்து அழுதிட விரும்பினேன். ஆனால் உங்கள் முன்னே அடிமையாக கோழையாக பணிந்தவளாக இருந்தேன். “ என்ன பரிதாபம்!” என்று மட்டுமே என்னால் கூறமுடிந்தது.

புன்னகையுடன் என்னை நோக்கினீர்கள், “உண்மையிலேயே வருத்தப்படுகிறாயா?”

அப்போது திடீரென்று ஆவேசம் வந்தது. எழுந்து நின்று உங்களை உற்றுநோக்கினேன். “நான் நேசித்தவரும் எப்போதும் வெளியே போய்க்கொண்டிருந்தார்” என்றேன். உங்கள் கண்களை நேருக்குநேராய் பார்ததேன். இப்போது என்னை அடையாளங்காண்பார், நடுங்கியவாறு எண்ணினேன்.

என்னைப் பார்த்து புன்னகைத்து ஆறுதலாகக் குறிப்பிட்டீர்கள் “மக்கள் திரும்பி வருவர்”.

“ஆம், திரும்பி வந்துள்ளனர், அப்புறம் மறந்துபோயுள்ளனர்”.

அதனை நான் உங்களிடம் சொல்லியமுறையில் ஏதோ விசித்திரமானதாக, வேட்கைமிக்கதாக இருந்திருக்கவேண்டும். நீங்கள் எழுந்து என்னை வியப்புடனும் நெகிழ்வுடனும் பார்த்தீர்கள். என் தோள்களைப் பற்றனீர்கள். “நல்லதாக இருப்பது மறக்கப்படுவதில்லை; உன்னை நான் மறக்கமாட்டேன்” என்றீர்கள்; என் உருவத்தை மனனம் செய்வதுபோல, என்னைத் தீவிரத்துடன் நோக்கினீர்கள். உங்கள் கண்கள் என்மீது தேடுவதும் உணர்வதுமாயிருக்க, என் இருப்புடன் உங்களுடன் ஒட்டிக்கொண்டேன் கடைசியில் குருட்டுத்தனத்தின் வசியம் முறியுமென்று எண்ணினேன். இப்போது என்னை அவர் கண்டுகொள்வார் என்றெண்ணினேன் அவ்வெண்ணத்தில் என் முழு ஆன்மா நடுங்கிற்று.

ஆனால் நீங்கள் என்னை கண்டுகொள்ளவில்லை. மீண்டும் என்னை நீங்கள் தெரிந்து கொள்ளவில்லை. அக்கணத்தில் இருந்ததை விடவும் அந்நியருக்கு மேலாக நான் இருந்ததே இல்லை. மற்றபடி சில நிமிடங்களுக்கு பிறகு நீங்கள் செய்ததை விடவும் ஒரு போதும் உங்களால் செய்ய முடிந்ததில்லை. வேட்கையுடன் முத்தமிட்டீர்கள். கலைந்து கிடந்த என் கூந்தலை வாரிவிட வேண்டியிருந் தது. கண்ணாடியை பார்த்தபபடி எழுந்து நின்று அதே பிரதிபலித்ததைக் கண்டேன். — அவமானத்திலும் திதிலிலும் தரையில் அமிழ்ந்து விடுவேன். என்றெண்ணினேன் உயர் மதிப்பிலான இரு பணத்தாள்களை என் கையுறையில் நீங்கள் ரகசியமாய் சொருகுவதைப் பார்த்தேன். அழாதிருந்திட எப்படி நான் முயன்றேன். அக்கணத்தில் அறையாதிருக்க எப்படி

என்னைக் கட்டுப்படுத்தினேன். என்பது எனக்கு தெரியாது — குழந்தை பருவத்திலிருந்து உங்களை நேசித்து வந்தவளுக்கு உங்கள் குழந்தையின் தாய்க்கு அன்றிரவுக்காகப் பணம் தந்து கொண்டிருந்தீர்கள் உங்களுக்கு நான் டாபரின்னிலிருந்து வந்த வேசி வேறொன்றுமில்லை — எனக்கு பணம் தந்திருந்தீர்கள் உண்மையிலேயே பணம் தந்திருந்தீர்கள். என்னை மறந்துவிடுவது உங்களுக்கு போதுமானதாயில்லை நான் அவமான படுத்தப்படவும் வேண்டியிருந்தது.

என் பொருட்களை அவசரகதியில் சேர்த்தேன். சீக்கிரம் கிளம்ப விரும்பினேன். எனக்கு மிகவும் வேதனை மேசையில் எனது வெள்ளை ரோஜாக்களின் ஜாடிக்கு அருகே கிடந்த என் தொப்பியை எடுத்தேன். அப்போது தடுத்திட முடியாத எண்ணமான்று என் மனதில் ஆற்றலில் எழுந்தது: உங்களது வெண்ணிற ரோஜாக்களில் ஒன்றை எனக்கு தரமாட்டீர்களா” என்று உங்களுக்கு நினைவூட்டிட மேலும் முயற்சி செய்தேன். உடனே ஜாடியிலிருந்து ஒன்றை எடுத்தப்படி “சந்தோஷத்துடன்” என்றீர்கள். ‘அவை ஒரு பெண்ணால் தரப்பட்டிருக்கும். — உங்களை நேசிக்கின்ற பெண்ணால்?.” என்றேன்.

‘இருக்கலாம் .எனக்கு தெரியாது எனக்கு அனுப்பப்பட்டன யார் அனுப்பினார் என்று தெரியாது, எனவே தான் அவற்றை அவ்வளவு விரும்புகிறேன்.”

“ஒருவேளை நீங்கள் மறந்துப்போன பெண்ணிடமிருந்து இருக்கலாம்”,

ஆச்சரியமடைந்தீர்கள் உங்களை கடுமையாக நோக்கினேன். என்னை கண்டு கொள்ளுங்கள்,ஒரு வழியாக கண்டு கொள்ளுங்கள்: என என் பார்வை அலறியது. ஆனால் உங்கள் கண்களோ நட்பார்ந்த, கள்ளங்கபடமற்ற புன்னகையை வீசியது. மீண்டும் முத்தமிட்டீர்கள். ஆனால் என்னை கண்டு கொள்ளவில்லை.

விரைந்து வாசலுக்கு போனேன் — கண்ணீர் திரள்வதை உணர்ந்த நான்,நீங்கள் அதைப் பார்ப்பதை விரும்பவில்லை. அவ்வளவு வேகமாக கூட்டத்தில் ஓடியிருந்தேன். — உங்களின் வேளையாள் ஜோஹனுடன் மோதிவிட்டேன் என்றே சொல்லலாம். அவர் ஒதுங்கி நின்று எனக்காகக் கதவை திறந்து விட்டார் — அந்த ஒரு வினாடியில் கண்ணீர்

பணிக்க அவ்வயதானவரை நோக்கினேன். ஒளியொன்று சட்டென்று அவர் பார்வைக்குள் புகுந்தது — என் குழந்தைப் பருவத்திலிருந்து என்னை பார்த்திராதவர், அவ்வொரு விநாடியில் நான் யாரென்று அறிந்துகொண்டார். அவர் அடையாளம் கண்டு கொண்டதற்காக அவர் முன் மண்டியிட்டு நன்றியில் அவர் கைகள முத்தமிட்டிருப்பேன். சட்டென்று அப்பணத்தாள்களை எடுத்து அவரிடம் தந்துவிட்டேன். அதிர்ந்துபோன அவர் என்னைப் பார்த்தார். ஆயுளெல்லாம் செய்துள்ளதை விடவும் அந்நொடியில் கூடுதலாக அவர் யூகித்திருக்கமுடியுமென்று எண்ணுகிறேன். மற்ற ஆண்கள் என்னிடம் அன்பாயிருந்துள்ளனர், அக்கறைகொண்டிருந்தனர் — நீங்கள் மட்டுமே, நீங்கள்தான் என்னை கண்டு கொள்ளத் தவறினீர்கள்!

இறந்துவிட்டது நம் குழந்தை, நம் குழந்தை — இப்போது நான் நேசிப்பதற்கு உலகில் உங்களைத்தவிர யாருமில்லை. ஆனால் என்னை ஒருபோதும் கண்டுகொள்ளாத, ஒரு நீர்ப்பரப்பு என்பதற்கு மேலும் ஒன்றுமில்லை என என்னைக் கடந்து போகின்ற, ஒரு கல்போல என்மீது தடுமாறி விழுகின்ற, எப்போதும் போய்விடுகின்ற, எப்போதும் என்னை காத்திருக்குமாறு செல்கின்ற நீங்கள் யார் எனக்கு? கொந்தளிப்பு மிக்க உங்களை குழந்தைவடிவில் வைத்திருக்கமுடியும் என ஒருமுறை எண்ணினேன். ஆனால் அவன் உங்கள் குழந்தைதான்: ஓரிரவில் என்னைவிட்டு குரூரமாக ஒரு பயணம் சென்றுவிட்டான், என்னை அவன் மறந்துள்ளான், மீண்டும் திரும்பப்போவதில்லை. மீண்டும் தனிமையில் உள்ளேன், எல்லோரையும்விட மிகத்தனிமையில் உள்ளேன், எப்போதையும் விட மிகத்தனிமையில் உள்ளேன், உங்களுடையது எதுவுமில்லை என்னிடம் இப்போது குழந்தையில்லை ஒரு வார்த்தையில்லை, ஒரு வரி இல்லை, உங்களிடம என் ஞாபகமில்லை, யாரேனும் ஒருவர் என்பெயரை உங்கள்முன் குறிப்பிட்டால், அதனை ஓர் அந்நியருடையதாகவே கேட்பீர்கள். உங்களுக்கு நான் இறந்தவளாயிருப்பதால், நான் ஏன் மடிந்திட ஆசைப்படக்கூடாது, என்னிடமிருந்து நீங்கள் நகர்ந்துசென்றதுபோல, உங்களிடமிருந்து நான் ஏன் நகர்ந்து செல்லக்கூடாது? இல்லை, பிரியமானவரே, உங்களை நான் குற்றங்கூறவில்லை, உங்கள்மீதும் உங்களின் உறசாகமிக்க வாழ்க்கை முறையிலும் புலம்பல்களை வீசப்போவதில்லை. மேலும் உங்களை நச்சரிப்பேன் என்று அஞ்சவேண்டாம்

— என்னை மன்னியுங்கள், இந்தஒருமுறை ம்டடும், என் குழந்தை அங்கே மடிந்து கைவிடப்பட்டிருக்கும் நிலையில் என் இருதயத்தில் உள்ளதை கொட்டித்தீர்க்கவேண்டி இருந்தது. இந்தஒரு முறை மட்டும் உங்களிடம் ஏன் பேசவேண்டி இருந்தது — அப்புறம் எப்போதும் உங்களிடம் நிசப்தமாய் இருந்திருப்பதுபோலவே, நிசப்தத்தின் இருளுக்குள் திரும்பிடுவேன்.

எனினும், நான் இன்னும் உயிர்த்திருக்கையில், என் கூக்குரல்களை நீஙகள் கேட்கப்போவதில்லை — நான் இறந்தால்தான் இப்பூங்கொத்தை என்னிடமிருந்து பெறுவீர்கள் — வேறுயாரையும் விட உங்களை நேசித்து, உங்களால் அடையாளங்காணப்படாதவளிடமிருந்து, உங்களுக்காக எப்போதும் காத்திருந்து உங்களால் அழைக்கப் படாதவளிடமிருந்து பெறுவீர்கள். அப்போது நீங்கள் என்னை அழைக்கக்கூடும், முதல்முறையாக உங்களிடம் நம்பிக்கை கொள்வதிலிருநது நான் தவறிவிடுவேன், ஏனெனில் நான் மடியும்போது நீங்கள் பேசுவதை என்னால் கேட்கமுடியாது. நீங்கள் எனக்கு எதுவும் விட்டுச்செல்லாதது போன்று நான் உங்களுக்கு படமோ அடையாளமோ எதனையும் விட்டுச்செல்லப போவதில்லை; நீங்கள் ஒருபோதும் அடையாளங்காணப்போவதில்லை, ஒருபோதும், என் வாழ்வில் அது விதியாயிருந்தது, மரணத்தில் அது என் விதியாயிருக்கட்டும். கடைசி வேளையில் உங்களை அழைக்கமாட்டேன், சென்றுவிடுவேன்; என் பெயரையோ முகத்தையோ அறியமாட்டீர்கள். லகுவான மனதுடன் மடிவேன், ஏனெனில தொலைவிலிருந்து உங்களால் உணரஇயலாது. எனது மரணம் உங்களைப் புண்படுத்துவதாயிப்பின், என்னால் மடியமுடியாது.

இனியும் என்னால் எழுத இயலாது... ஏன் தலை அவ்வளவு அசமந்தமாயுள்ளது... அவயங்கள் நோகின்றன, காய்ச்சல் கண்டுள்ளேன். படுக்கையில் சாயலாம் எனறெண்ணுகிறேன். சீக்கிரம் அது போய்விடும், ஒருமுறை எனக்கு வித அன்பாயிருந்தது, என் குழந்தை எடுத்துச்செல்லப்படுவதை நான் காணவேண்டி இருக்காது... இனியும் என்னால் எழுத இயலாது. பிரியமானவரே, விடைபெறுகிறேன், நன்றி... எல்லாமிருப்பினும் அது நன்றாயிருந்தது... என் இறுதி மூச்சுவரை அதற்கு நன்றி பாராட்டுவேன். நான் லகுவாய் உள்ளேன்: உங்களிடம் அனைத்தையும் கூறியுள்ளேன், இப்போது அறிவீர்கள் — அல்லது

யூகிக்க மட்டுமே செய்வீர்கள் — எந்த அளவுக்கு உங்களை நேசித்தேன்என் நேசம் ஒருசுமையென உணரமாட்டீர்கள். நான் இல்லாததை உணரமாட்டீர்கள் — அது என்னை ஆறுதல்படுத்துகிறது. ஊங்களின் ஆனந்தமான இன்பம் நிறைந்துள்ள வாழ்வில் எதுவும் மாறாது — என் மரணத்தினால் நான் உங்களுக்கு எந்தத்தீங்கும் இழைக்கமாட்டேன், அது எனக்கு ஆறுதலளிக்கிறது பிரியமானவரே.

ஆனால் இப்போது உங்களது பிறநத நாளன்று எப்போதும் வெள்ளை ரோஜாக்களை யார் அனுப்புவார்? ஜாடி காலியாயிருக்கும், ஆண்டுக்கு ஒரு முறை உங்களைச் சுற்றிவந்த என் வாழ்வின் சிறிய சுவாசம் மடிந்துபோகும்! பிரியமானவரே, கவனியுங்கள், மன்றாடுகிறேன்... இது நான் முதலாவதாகவும் முடிவானதாகவும் உங்களிடம் கேட்பது... ஒவ்வோராண்டும் உங்கள் பிறந்த நாளன்று எனக்காகச் செய்யுங்கள் — அந்நாள் மக்கள் தம்மைப் பற்றி சிந்தித்துக்கொள்வர் — சில ரோஜாக்கள் வாங்கி, அந்த ஜாடியில் வைத்துவிடுங்கள். பிரியமானவரே, இதைச்செய்யுங்கள், தமக்குப் பிரியமானவராயிருந்து இப்போது இறந்துவிட்ட ஒருவருக்காக, ஆண்டுதோறும் ஆராதனை செய்வதுபோன்று, இனியும் நான் கடவுளை நம்புவதில்லை, எனினும் எனக்கு ஆராதனை தேவையில்லை — உங்களை மட்டுமே நம்புகிறேன், உங்களை மட்டுமே நேசிக்கிறேன், உங்களிடம் மட்டுமே வாழ்வேன்... ஆண்டுக்கு ஒருநாள் மட்டுமே மிக அமைதியாக, உங்களருகே நான் வாழந்ததுபோல... பிரியமானவரே, அதனைச் செய்யுமாறு கெஞ்சுகிறேன்... நீங்கள் செய்யவேண்டும் என நான் வேண்டிடும் முதல் விஷயம் இதுதான் மற்றும் முடிவானதும்... நன்றி... உங்களை நேசிக்கிறேன்... வருகிறேன்

நடுங்கிடும் அவரது கரங்கள் கடிதத்தை கீழே வைத்தன. அப்புறம் அவர் நீண்டநேரம் யோசித்தார். நாட்டிய விடுதியிலிருந்த ஒரு பெண்ணைப்பற்றி ஒருயுவதி பற்றி அண்டை வீட்டாரின் குழந்தை பற்றி குழப்பமான ஞாபகம் எழுந்தது. ஆனால் அது பாய்ந்தோடும் நீரின்படுகை மீதான வடிவமின்றி பிரகாசிக்கும் கல்லைப்போல, தெளிவற்ற நிச்சயமற்ற ஞாபகமாயிருந்தது. நிழல்கள் முன்னும் பின்னுமாய் நகர்ந்தன, ஆனால் அவரால் தெளிவான சித்திரத்தை உருவாக்க முடியவில்லை. உணர்வோட்ட ஞாபகங்களை உணாந்த அவரால் ஞாபகப்படுத்தமுடியவில்லை. இப்படிமங்களையெல்லாம்

அவர் கனவு கண்டிருந்ததுபோல, அடிக்கடியும் ஆழமாயும் கனவுகண்டிருந்தது போலிருந்தது, ஆனால் அவை கனவுகள் மட்டுமே.

அப்புறம் அவர் முன்னிருந்த டெஸ்க் மீதுள்ள நீலநிற ஜாடி மீது அவர் பார்வை படிந்தது. இத்தனை ஆண்டுகளில் அவரது பிறந்த நாளில் முதல்முறையாக அது காலியாயிருந்தது. அவர் நடுங்கினார். சட்டென, புலப்படாதரீதியில் கதவொன்று திறந்து, இன்னொரு உலகின் குளிர்காற்று அமைதியான அறையில் வீசிக்கொண்டிருந்தது போல உணர்ந்தார். மரணத்தின் இருப்பை உணர்ந்தார், மடியாத நேசத்தின் இருப்பை உணர்ந்தார்: அவருள்ளே எதுவோ நொறுங்கிற்று, தொலை தூரத்து இசை பற்றி ஒருவர் எண்ணுவதுபோல, புலப்படாத — வேட்கைமிக்க — உடல் சாராத பெண்ணைச் சிந்தித்தார்.

ஜெர்மன் மொழியில் Briefeiner unbekannten என்னும் தலைப்பிலான குறுநாவலை Letter from en unknown woman என்ற தலைப்பில் ஆங்கில மொழியாக்கம் செய்துள்ளார் ஆந்தியாபெல்; Ebook:Originalbook.ru.

ஆயா

இரு சிறுமிகளும் அறையில் தனித்திருந்தனர். விளக்கு அணைக்கப்பட்டிருந்தது. இரு படுக்கைகளிலிருந்தான மங்கலான வெளிச்சம் தவிர்த்து அனைத்தும் இருண்டிருந்தது. அவர்கள் துங்கியிருக்கவேண்டும் என்று கருதப்பட்டதால் அமைதியாக சுவாசித்துக் கொண்டு இருந்தனர்.

“நான் சொல்கிறேன்” இரு படுக்கைகளில் ஒன்றில் இருந்து தயங்கிய, கிசுகிசுக்கும் குரல் வந்தது. 12 வயதுச் சிறுமிபேசிக்கொண்டிருந்தாள்.

“அதுஎன்ன?” ஒரு வயது மூத்தவள் வினவினாள். “நீ இன்னும் விழித்திருப்பதில் எனக்கு மகிழ்ச்சி. உன்னிடம் சொல்ல ஒன்றுள்ளது.”

மற்ற படுக்கையிலிருந்து பதிலாக வார்த்தைகளின்றி, சலசலப்பே இருந்தது. மூத்தவள் எழுந்து உட் கார்ந்து மங்கியவெளிச்சத்தில் கண்கள் பளிச்சிட, காத்திருந்தாள்.

“இதோ பார் நான் சொல்ல விரும்புவது இதுதான். முதலில் செல்விமான் பற்றி சமீபமாக எதையேனும் கவனித்திருக்கிறாயா?”

கணநேர நிசப்தத்திற்கு பிறகு இன்னொருத்தி கூறினாள்: “ஆம். ஏதோவொன்று இருக்கிறது

என்னவென்று தெரியவில்லை. முன்னிருந்தது போல கறாராக இல்லை அவர்கள். இரண்டு நாட்களாக என் வீட்டுப் பாடங்களை செய்யவில்லை, அதற்காக என்னைத் திட்டவே இல்லை. என்ன நிகழ்ந்துள்ளது என தெரியவில்லை ஆனால் அவர் நம்மைப் பற்றி கவலைப் படுவதாக தெரியவில்லை. நம் விளையாட்டுகளில் சேர்ந்து கொள்ளாது, தனியே அமர்ந்திருக்கிறார்.

"அவர் மகிழ்ச்சியாயில்லை, அதனை மறைக்கப் பார்க்கிறார் என்றெண்ணுகிறேன். இப்போதெல்லாம் பியானோ வாசிப்பதே இல்லை."

ஓர் இடைவெளி இருந்தது, அப்புறம் மூத்தவள் மீண்டும் பேசினாள்:

"சொல்ல ஏதோ இருப்பதாக கூறினாயே"

"ஆம் ஆனால் நீ அதனை ரகசியமாய் வைத்துக் கொள்ளவேண்டும். அம்மாவிடமோ உனது சினேகிதர் ஓட்டியிடமோ அதுபற்றி மூச்சுவிடக்கூடாது"

"விடமாட்டேன் சொல்லு!"

"நாம் படுக்கைக்கு வந்த பிறகு, செல்வி மானிடம் நல்லிறவு சொல்லவே இல்லையே என்று திடீரென தோன்றியது. திரும்பவும் செருப்புபோடாமல், அவருக்கு வியப்பளிக்கவேண்டும் என்பதற்காக மெல்லப் போனேன்; சப்தமின்றி அவரது கதவை திறந்தநான், அவர் அங்கில்லை என்றென்னினேன். விளக்கு எரிந்தது. ஆனால் அவரை பார்க்க முடியவல்லை. அப்பொழுது யாரோ அழும் சப்தம் கேட்டு திடுக்கிட்டேன். அவர் தலையணைகளில் முகத்தை பதித்து படுக்கையில் கிடந்ததை கண்டேன். அவ்வளவு அச்சத்துடன் அவர் கேவிக் கொண்டிருந்தது என்னை நடுங்கவைத்தது, ஆனால் அவர் என்னை கவனிக்கவேயில்லை பின்னர் நான் மெல்ல கதவை சாத்திவிட்டு ஊர்ந்து வந்தேன். வெளியே கணநேரம் காத்திருந்தேன் என்னால் நடக்கமுடியவில்லை, இன்னும் அவர் அழுதுக் கொண்டிருந்ததை கேட்க முடிந்தது. அப்புறம் திரும்பினேன். யாரும் கணப்பொழுது பேசவில்லை. அப்பொழுது மூத்தவள் பெருமூச்சேறிந்து பேசினாள் பாவம் செல்விமான்! எதற்காக அழுதுகொண்டிருந்தார். என்பது

ஆச்சர்யமாயுள்ளது. சமீபமாக எந்த விவகாரத்திலும் அவர் ஈடுபடவில்லை ஏனெனில் அம்மா வழக்கம் போல் அவரை நச்சரிக்கவில்லை, நாமும் அவருக்கு பிரச்சனைகளை உண்டுபண்ணவில்லை. அவரை அழுமாறு செய்தது என்னவா இருக்கும்?"

"என்னால் யூகிக்கமுடியும் என்றென்னுகிறேன்"

"சொல்லு!"

பதில் தாமதித்துவந்தது.

"அவர் காதல் வயப்பட்டிருக்கிறார்"

"காதல் யாரிடம்?"

"நீகவனிக்கவில்லையா?"

"ஓட்டோவைகுறிப்பிடுகிறாயா?"

"நிச்சயமாக! அவர் மானை காதலிக்கிறார். நம்முடன் அவர் வாழ்ந்துவரும் இம்மூன்றாண்டுகளில் இரண்டல்லது மூன்று மாதங்களுக்கு முன் வரையிலும் ஓட்டோ நம்முடன் நடைபயிற்சிக்கு வந்ததில்லை.ஆனால் இப்பொழுது ஒருநாளைக் கூட தவறவிடுவதில்லை. மான் வரும் வரை நம்மில் யாரையும் கவனித்ததும் இல்லை. இப்போது எப்போதும் சுற்றிக்கொண்டே உள்ளான். நாம் வெளிக்கிளம்பும் போதெல்லாம் நாம் அவனை கடந்து போவதுபோல தெரிகிறது. பூங்காவிலோ தோட்டத்திலோ எங்காவது — செல்விமான் நம்மை இட்டுச் சென்றாலும். நிச்சயம் நீ கவனித்திருப்பாய்?"

"ஆமாம் கவனித்திருக்கிறேன். ஆனால் அதுவெறுமனெ..."

"ஆனால் நானும் அதை பெரிது படுத்தாதே இருந்தேன். ஆனால் ஒரு கட்டத்திற்கு பிறகு ஓட்டோ நம்மை வெறுமனே பயன் படுத்திக் கொண்டான் என்றுஉறுதிக் கொண்டேன் "சிறிது இடைவெளிக்குப் பிறகு இளையவள் உரையாடலைத் தொடர்ந்தாள்.

"அப்படியானால் அவர் ஏன் அழவேண்டும்? ஓட்டோ அவரை அவ்வளவு நேசிக்கிறான். காதல் வயப்படுவது சந்தோஷமானது என்றே எப்போதும் நினைத்திருக்கிறேன்.

"நானும் அப்படித்தான்"

"செல்விமான் பரிதாபமானவர்"

காலையில் மீண்டும் அவர்கள் இவ்விஷயத்தை எழுப்பவில்லை. ஆனால் ஒருவரது எண்ணத்தில் அதுதான் நிறைந்திருந்தது மற்றவர் அறிந்துகொண்டார். ஒருவரையொருவர் அர்த்தத்துடன் பார்த்து கொள்ளாத போதும் அவர்களது பார்வை தம் ஆயாவின் மீது படிந்தபோது தம் பார்வைகளை பரிமாறிக்கொண்டனர். உணவு வேளைகளின் போது ஓட்டோவை ஓர் அந்நியனாக எண்ணிக்கொண்டனர். அவனிடம் பேசாமல் ரகசியமாக அலசி ஆராய்ந்து செல்விமானுடன் ரகசியபுரிதல் கொண்டிருந்தானா என்று கண்டறிய முயன்றனர். தம் குதூகலங்களில் அவர்களுக்கு ஆர்வமில்லை. ஏனெனில் இவ்வவசர புதிர் தவிர்த்து வேறெதனையும் அவர்களால் சிந்தித்து பார்க்க இயலவில்லை மாலையில் அலட்சியபாவத்துடன் அவர்களில் ஒருத்தி மற்றவளை வினவினாள்.

"இன்றைக்குமேலும் எதையேனும் கவனித்தாயா?

"இல்லை"

அவ்விஷயத்தை விவாதிக்க இருவருமே தயங்கினர். அவ்வாறு பல தினங்களுக்கு அவ்விஷயம் நீடித்தது. இரு சிறிமியரும் சஞ்சலத்துடன் அமைதியாக குறிப்புகள் எடுத்துக் கொண்டிருந்தனர்.

ஒரு வழியாக இரவு உணவின் போது ஆயா ஓட்டோவுக்கு ரகசிய சமிக்ஞை செய்ததை இளையவள் கவனித்துவிட்டாள். பதிலுக்குஅவன் தலையாட்டினான். பரபரப்பில் நடுங்கியவாறு மேஜையின் கீழே தன் சகோதரிக்கு இதமான உதை கொடுத்தாள்; மூத்தவள் கேள்விக்குறியுடன் நோக்க இளையவள் அர்த்தமுள்ள பார்வையால் எதிர்வினை செய்தாள் இருவரும் சாப்பாடு முடியும் வரை உன்னிப்பாய் இருந்தனர். உணவு முடிந்ததும் ஆயா சிறுமியிடம் கூறினாள்.

"படிப்பறைக்குப் போய் ஏதேனும் உருப்படியாகச் செய்யுங்கள். எனக்கு தலை வலிக்கிறது அரைமணிநேரம் நான் சாய்ந்துக் கொள்கிறேன்."

சிறுமியர் தனித்து விடப்பட்ட மாத்திரத்தில் இளையவள் வெடித்தாள்.:

“அவரின் அறைக்குள் ஓட்டோ போவதை பார்க்கப் போகிறாய்!

“நிச்சயமாக எனவே தான் அவர் நம்மை இங்கு அனுப்பியது.”

“கதவுக்கு வெளியிலிருந்து கவனிக்கவேண்டும்”

“யாரேனும் வந்துவிட்டால்”

“யார்?”

“அம்மா”

“அது பயங்கரமாயிருக்கும்”

“நான் கவனிக்கிறேன் நீ நடைபாதையில் கண் வைத்திரு”

இளையவள் தலையாட்டினாள்.

“அப்படியானால் நீ அனைத்தையும் தெரிவிப்பாய்”

“பயமில்லை!”

“யாரேனும் வந்தால் இருமவேண்டும்.”

அவர் தம் இருதயங்கள் பரபரப்பில் அடித்துக்கொள்ள, நடைபாதையில் காத்திருந்தனர். என்ன நிகழப் போகுது ஒரு காலடி கேட்டதும் இருண்ட படிப்பறைக்குள் மறைந்தனர். ஆம் அது ஓட்டோதான் செல்விமானின் அறைக்குள் நுழைந்தவன் கதவை மூடிக்கொண்டான்.

மூத்தவள் ஓடிவந்து கதவு துவாரத்தில் கவனித்தப்படி மூச்சுவிட முடியாதிருந்தாள். இளையவள் இயல்பாக தோன்றினாள். குறு குறுப்பு மீதுரவும் அவளும் கதவை நெருங்கினாள். ஆனால் அவளது அக்கா அவளை விலக்கித் தள்ளினாள். நடைபாதையின் மறு நுனியை கவனிக்குமாறு சைகை செய்தாள். இவ்வாறு அவர்கள் பல நிமிடங்கள் காத்திருந்தனர். அது இளையவளுக்கு நித்தியமானதாக தோன்றிற்று. அவளுக்கு பொறுமையின்மையின் காய்ச்சலால்

கனன்றது. சூடான நிலக்கரி மேல் நிற்பது போல அவளைத் துடிக்கச் செய்தது. தன் சகோதரி அனைத்தையும் கேட.;டு கொண்டிருந்தாள். அவளால் கண்ணீரை கட்டுப்படுத்த இயலாது போனது. கடைசியில் ஒருசப்தம் அவளை திடுக்கிடவைக்க இறுமினாள். இருவரும் படிப்பறைக்குள் மாயமானார்கள். அவர்கள் பேசுவதற்கு ஆசுவாசப்படுத்திக் கொள்ளும் முன்பு கணப்பொழுது கழிந்தது. இளையவள் ஆர்வத்துடன் குறிப்பிட்டாள்.

“இப்போது எல்லாவற்றையும் கூறு”

குழப்பமடைந்தவளாக தோன்றிய மூத்தவள் தன்னுடன் பேசிக்கொள்வது போலக் கூறினாள்.

“எனக்கு புரியவில்லை”

“எது”

“இது அசாதரணமானது”

“எது? எது?

“நான் எதிர்பார்த்திருந்து இது அசாதரணமானது, முற்றிலும் வித்தியாசமானது. அவர் அறைக்குள் நுழைந்த மாத்திரத்தில் அவரை தழுவிக் கொள்வான் அல்லது முத்தமிடுவான் என்றென்னினேன். ஏனெனில் ‘இப்போது வேண்டாம், உன்னிடம் ஒன்று சொல்ல வேண்டும்’ என்று அவர் குறிப்பிட்டார். கதவு துவாரத்தில் சாவி இருக்கவே என்னால் எதையும் பார்க்க முடியவில்லை, ஆனால் கேட்க முடிந்தது. இதுவரை நான் கேட்டிராத தோனியில் ஓட்டோ என்ன விஷயம்? என்றான் மிக உரத்தும் பளிச்சென்றும் பேசக்கூடியவன் அவன் என்பது உனக்கு தெரியும், ஆனால் இப்போது அவன் ஒரு போக்கிரி என்பதை கவனித்திருக்க வேண்டும். ஏனெனில் உனக்கு நன்றாக தெரியும் என்றெண்ணுகிறேன் என்று அவர் குறிப்பிட்டார். சிறிது கூட தெரியாது ஆனால் என்னிடம் இருந்து ஏன் விலகிச் சென்றாய் ஒரு வாரமாக என்னிடம் பேசவில்லை உன்னால் முடிந்த மட்டும் என்னை தவிர்த்துள்ளாய். இப்பொழுதெல்லாம் நீ அச்சிறுமியுடன் காணப்படுவதில்லை பூங்காவில் எங்களை சந்திக்க வருவதில்லை திடிரென்று என் மீது அக்கரை காட்டுவதை ஏன் நிறுத்திவிட்டாய் இப்படி ஏன் பின் வாங்குகிறாய் என்பது உனக்கு தான் தெரியும். என்று

வேதனை மிக்க குரலில் அவர் குறிப்பிட்டார். கண நேரம் பதில் ஏதும் இல்லை அப்புறம் அவன் கூறினான் என் தேர்வு எவ்வளவு அருகில் வரப்போகிறது என்பதை நிச்சயம் புரிந்து கொள்வாய். என் வேலை தவிர்த்து எதற்கும் என்னிடம் நேரம் இல்லை. அதனை நான் எப்படி தவிர்க்க முடியும் என கேவி அழுதான். ஓட்டோ உண்மையை கூறு இப்படி நீ என்னை நடத்திட நான் என்ன செய்திருக்கிறேன்.? உன்னிடத்தே எதுவும் கோரியிருக்கவில்லை ஆனால் நாம் விஷயங்களை வெளிப்படையாக பேசி தீர்க்க வேண்டும் அனைத்தும் நீ அறிவாய் என்று உன்முக பாவனைகள் காட்டுகின்றன...”

அச்சிறுமி நடுங்க தொடங்கி தன் வாக்கியத்தை முடிக்க முடியாது இருந்தாள். கவனித்து கொண்டிருந்தவள் இன்னும் நெருங்கி எல்லாம் எதைப்பற்றி என வினவினாள்.

“எல்லாம் குழந்தையைப் பற்றி”

“அவர் தம் குழந்தையா! சாத்தியமில்லை!”

“அதுதான் அவர் குறிப்பிட்டது”

“சரியாக கவனித்திருக்கமாட்டாய்”

சரியாக கவனித்தேன், நிச்சயமாக நம் குழந்தை என அவர் குறிப்பிட்டதும், இப்போது நாம் என்ன செய்வது என்றாள்.

“அவரிடம் குழந்தை இருக்க முடியாது ,எங்கே இருக்கும்? உன்னை விடவும் மேலாக நான் புரிந்து கொள்ளவில்லை.”

ஒருவேளை அவரது வீட்டில் இருக்கலாம் அம்மா நிச்சயம் இங்கே கொண்டுவந்திருக்க விடமாட்டார். எனவே தான் அவர் துயரத்துடன் இருக்கிறார்.

“ஓ அப்படியானால் ஓட்டோவை நன்கறிந்து கொள்ள வில்லை!

ஒரு குழந்தை சாத்தியமில்லை. எப்படி அவர் ஒரு குழந்தையை வைத்திருக்க முடியும். அவருக்கு மணமாகவில்லை, மணமானவர்களுக்கே குழந்தை இருக்கும்.

“திருமணமாகிருக்க கூடும்”

"முட்டாளாயிருக்காதே அவர் ஓட்டோவை மணமுடிக்கவே இல்லை"

"அப்படியானால்?"

அவர்கள் ஒருவரையொருவர் உற்றுநோக்கினர் அவர்களில் ஒருத்தி துயரத்துடன் குறிப்பிட்டாள். "பாவம் செல்வி மான்"

அவர்கள் எப்போதும் இத்தொடரை வந்தடைவதாக தேன்றியது அது கருணையின் பெருமூச்சாயிருந்துது.

"அது பையனா பெண்ணா நீ என்ன கருதுகிறாய்?"

"நான் எப்படி சொல்ல முடியும்?"

"தந்திரமாக நான் அவரிடம் விசாரித்தால்"

"வாயை மூடு!"

"ஏன் கூடாது?நம்மிடம் எப்போது அன்பாக இருக்கிறார்."

"என்ன பயன். இத்தகையவற்றை நம்மிடம் அவர்கள் சொல்வதே இல்லை. நாம் அறைக்குள் வந்த சமயம் அவற்றை பற்றி பேசிக்கொண்டிருந்தால் சட்டென்று நிறுத்தி விடுவார்கள். நம்மை குழந்தைகளாக கருதி ஒன்றுக்கும் உத்திரவாதத்தை பேசதொடங்குவார்கள் இவ்வளவுக்கும் எனக்கு பதின்மூன்று வயதாகிறது அவரிடம் கேட்டு என்ன பயன்;

"தெரிந்து கொள்ள விரும்புகிறேன்.

என்னை தொந்தரவு செய்வதெல்லாம் இது எதுவும் தனக்கு தெரியாதென்று ஓட்டோ பாவனை செய்வது தான் ஒருவருக்கு தாய் தந்தை இருப்பதை போல குழந்தை இருப்பதை ஒருவர் அறிந்திருக்கவேண்டும்.

"ஓ அவன் எப்போதும் நம்மை ஏமாற்றிவிடுவான்"

"நம் காலை வாரிவிடும் போது மட்டும் தான் அப்படி" அத்தருணத்தில் ஆயா வந்து அவர்கள் பேச்சில் குறுக்கீடு செய்தது ஏதோ வேலையில் மும்மரமாயிருந்தது போல பாவனை செய்தனர். ஆனால் அவரது இமைகள் சிவந்திருந்ததும் ஆழமான உணர்வோட்டத்தில் அவர் இருந்ததும் அவர்கள் பார்வையிலிருந்து தப்பவில்லை.

மறுநாள் இரவு உணவின் போது திடுக்கிடும் புது செய்தி யொன்றை அறிந்தனர். ஒட்டோ வெளியேறுகின்றான் வீட்டில் தொந்தரவு இருப்பதாகவும் தேர்வுக்கு கடுமையாக உழக்கை வேண்டியிருப்பதாகவும் அடுத்த மூன்று மாதங்கள் விடுதியில் தங்கி படிப்பதாகவும் தன் மாமாவிடம் கூறினான்.

அச்சிறுமியர் பரபரப்பாயினர் இவன் கிளம்புவது முந்தைய நாளின் உரையாடலுடன் தொடர்பு கொண்டிருக்க வேண்டும் என நிச்சயம் கொண்டனர். இது கோழையின் தப்பித்தல் என்றது உள்ளுனர்வு. அவர்களிடமிருந்து விடை பெற ஒட்டோ வந்தபோது அவர்கள் முதுகை திருப்பிக்கொண்டனர். எனினும் செல்வி மானிடம் இருந்து அவன் விடைபெற்றதை கவனித்தார். அவரிடம் அவன் அமைதியாய் கை குலுக்க அவன் உதடுகள் திருகியிருந்தன.

சிறுமியர் இப்பொழுதெல்லாம் மாற்றம் பெற்றவர்களாக இருந்தனர். அவர்கள் சிரிப்பது அரிதாயிருந்தது.எதிலும் மகிழ்ச்சியடைய முடியவில்லை. வேதனைமிகு வலிகளாக இருந்தன் பெரியவர்களின் எளிய பேச்சில் கூட ஏமாற்றும் உத்தேசம் இருந்ததாக சந்தேகித்து அவர்களை நம்பாமல் அமைதியின்றி காணப்பட்டனர். எப்போதும் எச்சரிக்கையுடன் நிழல்களைப் போல் மிதந்தனர். கதவுகளுக்கு பின் ஒட்டு கேட்டனர். அம்மர்மத்திலிருந்து விடுபடும் வலையை கிழித்தெரிய ஆர்வமாயிருந்தனர். யதர்த்த உலகின் ஒருகாட்சியை கண்டிட ஆர்வமாயிருந்தனர். குழந்தை பருவத்தின் குருட்டுத்தனமான நம்பிக்கை மறைந்திருந்தது. அத்துடன் அவர்கள் தொடர்ந்து புது வெளிப்பாட்டை எதிர்பார்த்து அதனைப்பற்றி கொள்ளாது விட்டு விடுவோமோ எனப் பயந்தனர். அவர்களைச் சுற்றியிருந்த ஏமாற்றுத் தனத்தின் சூழல் அவர்களை ஏமாற்றுகாரர்களாக்கியது தம் பெற்றோர் அருகில் இருக்கும் பொழுதெல்லாம் குழந்தைதனமான வேலைகளில் ஈடுப்பட்டதாக பாவனை செய்தனர். தமது அறியாமை திராணியின்மையின் உணர்வு மீதூரப்பெற்றதும் அவர்கள் தழுவிக்கொண்டனர். சில வேளைகளில் கண்ணீர் வடித்தனர். காரணமில்லாமலே அவர்கள் வாழ்வு சிக்கலான கட்டத்திற்குள் சென்றது.

அவர்களது பல பிரச்சனைகளில் ஒன்று மிக மோசமானதாயிருந்தது. செல்வி மான் இப்போது துயரத்தில்

இருப்பதால் தம்மால் முடிந்தளவு சிரமம் தராதிருக்க வேண்டும். என்று தீர்மானித்தனர். தம் பாடங்களில் ஒருவருக்கொருவர் புத்திசாலிகளாய் நடந்து கொண்டனர். தம் ஆசிரியரது ஆசைகளை எதிர்பார்த்திருக்க முற்பட்டனர். ஆனால் ஆயா அவர்களை கவனிக்கவேயில்லை. அது அவர்களை வருந்தச் செய்தது. இப்போது மிகவும் மாறுப்பட்டிருந்தார். சிறுமியருள் ஒருத்தி அவரிடம் பேசிய பொழுது தூங்கி எழுந்தவளை போல ஆரம்பிப்பாள். தோலைதூரங்களில் துருவிக் கொண்டிருந்த அவள் பார்வை அவர்களிடம் திரும்பியிருந்ததாக தோன்றும். மணிக்கணக்கில் சிந்தனையில் ஆழ்ந்திருந்தாள். அவரை தொந்தரவு செய்திடலாகாது என அவர்கள் சத்தமெழுப்பாது நடந்தனர். தனது குழந்தை பற்றிய சிந்தனையில் இருப்பார் என்றெண்ணி தம்மிடமிடத்தே இதமாக நடந்து கொண்ட ஆயா மீது பிரியம் கொள்ளளாயினர். கலகலப்பும் சமயங்களில் கண்டிப்பும் கொண்டிருந்த செல்விமான் மிகவும் கவனிப்பும் அக்கறையும் காட்ட அச்சிறுமியர் தம் ஆசிரியர் நடவேடிக்கைகளெல்லாம் ரகசிய வருத்தத்தை காட்டிக்கொடுத்ததாக உணர்ந்தனர். அவர் அழுது அவர்கள் பார்த்ததில்லை. ஆனால் அவரின் இமைகள் அடிக்கடி சிவந்திருந்தன் எத்தனை பிரச்சனைகளை தனக்குள்ளே வைத்திருக்க விரும்பினார் என்பது வெளிப்படையாக அவருக்கு உதவமுடியாமைக்கு அவர்கள் பெரிதும் விரும்பினர்.

ஒருநாள் ஆயா தம் கண்களைத் துடைத்துக்கொள்ள ஜன்னல் பக்கம் திரும்பியதும் இளையவள் துணிச்சலை வரவழைத்து அவரது கையை பற்றிக்கூறினாள்.

“செல்வி மான் மிக வருத்தமாயிருக்றீர்கள் எங்கள் தவறொன்றுமில்லையே?”

ஆயா அச்சிறுமியை மென்மையாக நோக்கி அவள் கூந்தலை கோதிவிட்டு பதிலளித்தார்.

“இல்லை நிச்சயமாக உன்னுடைய தவறில்லை “என்று கூறி அவளின் நெற்றியில் முத்தமிட்டாள்.

இவ்வாறு அச்சிறுமியர் தொடர்ந்த கண்காணிப்பு கொண்டிருந்தனர். அவர்கள் ஒருத்தி எதிர்பாராதபடி காத்திருப்பு அறையில் திரும்பியதும் தங்களுடன் தொடர்பில்லாத வார்த்தைகள் ஒன்றிரண்டை கேட்க நேர்ந்தது. சட்டென்று

அவள் பெற்றோர் பேச்சை திசை திருப்ப அச்சிறுமிக்கு அதுவே போதுமானதாயிருந்தது.

"ஆமாம் நான் அதிர்ந்து போனேன் அவளிடம் பேச வேண்டும்" என்றார் அம்மா. அச்சிறுமி தொப்பியை தலையில் மாட்டியதும் தன் சகோதரியிடம் ஆலோசிக்கச் சென்றாள்.

"இவ்விவகாரம் எதைப்பற்றியதாக இருக்கும் என்றென்னுகிறாய்.

ஆனால் இரவு உணவின் போது தம் தாயும் தந்தையும் ஆயாவை எப்படி துருவி ஆராய்ந்து கொண்டிருந்தனர். மற்றும் ஒருவரையொருவர் எப்படி பார்த்துகொண்டனர். என்று அச்சிறுமி கவனித்தார். அவர்களின் அம்மா செல்வி மானிடம் கூறினார்.

என் அறைக்கு வருகின்றாயா? உன்னுடன் பேச வேண்டும்".

சிறுமியர் பரபரப்புடன் நடுங்கினர். ஏதோ நிகழப் போகிறது இப்போது ஒட்டுகேட்டல். சாதாரணமாகிவிட்டது. அவர்கள் இனியும் அவமானபடவில்லை அவர்களுக்கு பின்னே என்ன நடந்தது என்றறிவதே அவர்களின் ஒரே நோக்கம். அவர்கள் கதவுக்கு பின்னிருக்க செல்வி மான் நேராக நுழைந்தார்.

அவர்கள் கவனித்தது ஒரு உரையாடலின் லேசான முணுமுணுப்பாக இருந்தது. அவர்களுக்கு எதுவும் தெரியாது போகுமா? அப்போது குரல்களில் ஒன்று உயர்ந்தது. அவர்களின் அம்மா கோபத்துடன் கூறினாள்.

உனது நிலை எங்களுக்கு தெரியவே தெரியாது நாங்களெல்லாம் குருடானவர்கள் என்று கருதினாயா.

சரி ஆயாவாக நீ உன் கடமைகளில் பொறுப்பாயில்லை. என்பதை இது காட்டுகிறது. இத்தகைய நபரிடம் என் குழந்தையின் கல்வியை ஒப்படைத்ததை எண்ணும் போது நடுங்குகிறேன். அவர்களை ஒதுக்கிவிட்டிருக்கிறாய் என்பதில் சந்தேகமேயில்லை.

இங்கே மறுக்க முற்பட்டார் ஆயா, ஆனால் அவர் மெல்ல பேசியதால் சிறுமியரால் கேட்கமுடியவில்லை.

“பேசு பேசு ஒவ்வொருவருக்கும் சாக்குபோக்குகள் உன்னை போன்ற ஒருத்தி முதலில் பார்ப்பவளிடம் எந்த விளைவுகள் பற்றி யோசிக்காமல் உன்னை ஒப்படைத்து விடுகிறார். கடவுள் பார்த்து கொள்வார் உன்னை போன்றவள் ஆயாவாக இருப்பது கொடுமை இனியும் நான் உன்னை வீட்டிலிருக்க விடுவேன் என்றெண்ணுகிறாயா?”

கவனித்தவர்கள் நடுக்கம் கொண்டனர். முழுதாக புரிந்து கொள்ள முடியாதபோதும் தாயின் குரல் கொடூரமாயிருந்தது. செல்வி மானின் தேம்பல்களே அதற்கு பதிலாய் இருந்தது. அவாகள் கண்ணீர் வடித்தனர் அவரின் அம்மாவின் கோபம் இன்னும் சீறியது.

“அது தான் இப்போது நீ செய்யக்கூடாது அழுது தீர்ப்பது உன் கண்ணீர் என்னை பாதிக்காது உன்னை போன்று ஒருத்தி மீது எனக்கு அனுதாபமில்லை உனக்கு என்ன நேரிலும் அது என் விவகாரமில்லை. உதவிக்கு யாரை நாடலாம் என்பது உனக்கு தெரியும். அது உன் விவகாரம்,இன்னொருநாள் நீ இவ்வீட்டில் இருக்கக்கூடாது என்பதே எனக்கு தெரியும்.”

செல்வி மானின் நம்பிக்கையிழந்த கேவல்களே இன்னும் பதிவாய் இருந்தது யாரும் இம்மாதிரி அழுது அவர்கள் கேட்டதில்லை இவ்வளவு கதறி அழுபவர்கள் தவறு செய்பவர்களாக இருக்க முடியாது என்பது அவர்கள் உணர்வு சிறிது நேரம் நிசப்தமாயிருந்த அவர்கள் அம்மா நறுக்கென்று கூறினார்கள்.

அவ்வளவு தான் நான் உன்னிடம் சொல்ல வேண்டியது. இன்று பிற்பகலே உன்னுடையவற்றை மூட்டை கட்டி எடுத்துக்கொள் நாளை காலையில் வந்து சம்பளத்தினை பெற்றுக்கொள். இப்போது நீ போகலாம்”

சிறுமியர் தமது அறைக்கு ஓடினர் என்ன நடந்திருக்கும் இத்தீர்ப்புயலின் பொருள் என்ன இருண்ட வேளையில் உண்மையின் சந்தேகமிருந்தது முதல்முறையாக அவர்தம் உணர்வு பெற்றோருக்கு எதிரான கலகமாகயிருந்தது.

“அம்மா அவரிடம் அப்படி பேசியது கொடுமையாயிருந்ததா? மூத்தவள் வினவினாள்.

இப்படி வெளிப்படையான விமர்சனத்தில் தங்கை பீதிகொண்டு திக்கினாள்.

"ஆனால் அவர் என்ன செய்துள்ளார் என்பது நமக்கு தெரியாதே"

"தவறொன்றும் இருக்காது நிச்சயம் செல்வி மான் ஒரு போதும் தவறிழைக்கமாட்டார். அம்மாவுக்கு நாம் அறிந்தது போல அவரை பற்றி தெரியாது."

அவர் அழுதவிதம் பயங்கரமாயில்லை அது என்னை பாதித்தது"

ஆமாம் பயங்கரம்தான். அம்மா அவரிடம் கூச்சலிட்டது மோசம் மிகவும் மோசம்!.

இத்தருணத்தில் முற்றிலும் பயந்து போனவராக செல்விமான் வந்தார்.

"பெண்களே இன்று பிற்பகலில் எனக்கு நிறைய வேலை, உங்களை அப்படியே விட்டுவிட்டால் நல்ல படியாக இருப்பீர்கள் என்றறிவேன்.

அச்சிறுமியரது நிராதரவான பார்வையை கவனியாமலே அவர் அறையிலிருந்து கிளம்பினார்.

அவர் கண்கள் எப்படி சிவந்திருந்தன என்பதை கவனித்தாயா? அம்மாவால் எப்படி இவ்வளவு ஈவிரக்கமின்றி இருக்க முடிகிறது. என்பதை என்னால் புரிந்துகொள்ள முடியவில்லை.

"பாவம் செல்வி மான்"

அப்போது "என்னுடன் நடந்து வர விருப்பமா" என அம்மா கேட்டாள்.

இன்றைக்கு வேண்டாம் அம்மா...

உண்மையில் அவர்கள் தம் அம்மாவைக் கண்டு அஞ்சினர். செல்விமானை வெளியேற்றுவதை தம்மிடம் சொல்லாததற்காக கோபம் கொண்டனர். அவர்கள் தனித்திருந்தது அவர் தம் மனநிலைக்கு பொருத்தமாயிருந்தது. பொய்மை — நிசப்த

சூழலால் நசுக்கப்பட்டவர்கள் கூண்டிலடைக்கப்பட்ட குருவிகளை போல அறையில் படபடத்தனர். செல்வி மானிடம் சென்று என்ன விஷயம் என்று கேட்க முடியாதா என வியந்தனர். அம்மா நடந்து கொண்ட விதம் சரியில்லை அவர் தங்க வேண்டும் என்று விரும்பியவரை தெரிவிக்க விரும்பினார். ஓட்டு கேட்பது தவிர்த்து வேறொன்றும் தெரியாத அவர்கள் என்ன சொல்ல முடியும் அவ்வப்போது அழுதபடி மூடிய கதவினூடே அவர்கள கேட்ட தம்தாயின் இரக்கமற்ற சீற்றத்தையும் செல்வி மானின் நம்பிக்கையிழந்த கேவல்களையும் தம் மனங்களில் மீட்டிப்பார்த்து முடிவுறாத அப்பிற்பகலை கழிக்க வேண்டியிருந்தது.

மாலையில் அவர்களை பார்க்க ஆயா வந்தார். ஆனால் அது விடைபெறவே அவர் புறப்பட்டதும் நிசப்தத்தை குலைத்திட விரும்பினார் ஆனால் அவர்களால் உச்சரிக்க முடியவில்லை அவாதம் ஊமை ஏக்கத்தால் அழைக்கப்பட்டது போல செல்வி மான் உணர்ச்சிததும்ப வாசலில் திரும்பினார். சிறுமியரை தழுவிக் கொள்ள அவர்கள் அழுது தீர்த்தனர். மீண்டும் ஒருமுறை முத்தமிட்டதும் ஆயா விரைந்து வெளியேறினார்.

இது இறுதி விடைபெறல் என்பது சிறுமியருக்கு தெரிந்தது.

நாம் அவரை பார்க்கவே முடியாது விம்மினாள் ஒருத்தி தெரியும் நாளைக்கு நாம் பள்ளியிலிருந்து வந்தால் அவர் இருக்கமாட்டார்.

சிறிது காலத்திற்கு பின் நாம் அவரை போய் பார்க்கலாம். அப்போது அவர் நமக்கு குழந்தையை காண்பிப்பார். ஆம் அவர் எப்போதும் அன்பானவர். பாவம் செல்விமான்

துயரமிக்க இத்தொடர் தம்விதியை முன்னுனர்த்துவ தாய் தோன்றிற்று.

அவரில்லாமல் நாம் எப்படி இருக்க போகிறோம் என்பதை என்னால் நினைத்து பார்க்கயியலவில்லை.இன்னொரு ஆயாவை என்னால தாங்கி கொள்ள முடியாது"

"என்னாலும் முடியாது"

செல்வி மானை போல யாரும் இருக்கமாட்டார்கள். அத்துடன்.... தன் வாக்கியத்தை முடித்திட அவள் துணியவில்லை.

அவர் ஒரு குழந்தையுடன் இருக்கிறார் என்பதை அவர்கள் தெரிந்து கொண்டதிலிருந்து செல்வி மானிடம் தங்களை அறியாத மரியாதை உணர்வைக் கொண்டிருந்தனர், இது அவர் தம் சிந்தனைகளில் நீடித்து ஆழமாக பாதித்தது.

“செல்வி மான் புறப்படுவதற்குள், நாம் அம்மாவை போலன்றி நாம எப்படி அவர் மீது பிரியம் கொண்டிருந்தோம் என்றுகாட்ட உண்மையிலே ஏதேனும் நம்மால் செய்ய இயலாதா? என்னுடன் இணைந்துகொள்வாயா?”

“நிச்சயமாக”

வெள்ளை ரோஜாக்களை அவர் எவ்வளவு விரும்புவார். என்புது உனக்கு தெரியும். நாளை நாம் பள்ளிக்குச் செல்லும் முன்பு சீக்கிரமாக சென்று இவற்றை வாங்குவோம் அவரது அறையில் வைத்துவிடுவொம். “

“எப்போது”

“பள்ளி முடிந்ததும்”

அதனால் பயனில்லை அப்போது அவர் போயிருப்பார் காலை முன்னதாக சீக்கரமே எடுத்து வந்து விடுகிறேன். அப்புறம் அவரிடம் கொண்டு செல்வோம்

“சரி நாம் முன்னதாக எழுந்திருக்க வேண்டும்.

நம் உண்டியல் டப்பாக்ளில் தேடினர் உற்சாகம் பிறந்தது. செலவி மானை அவர்கள் எந்த அளவு நேசித்தனர் என்று எடுத்து காட்ட முடியும்.;

அதிகாலையில் கையில் ரோஜாக்களுடன் செல்விமானின் கதவை தட்டினர். புதிலில்லை தமது ஆயா துங்கிக் கொண்டிருக்க வேண்டும் என்றெண்ணி எட்டிப்பார்த்தனர். அறை காலியாயிருந்தது. படுக்கையில் யாரும் துங்கி இருக்கவில்லை மேஜை மீது இருந்தன இரு கடிதங்கள் இருந்தன் இரு கடிதங்கள் என்ன நடந்தது ?சிறுமியர் திடுகிட்டனர்.

நேரே அம்மாவிடம் போகிறேன்’’ என்ற மூத்தவள் பயத்தின் சுவடின்றி அம்மாவை தாக்கினாள் வார்த்தைகளால்:

“செல்விமான் எங்கே?”

“தன் அறையில் இருப்பாள் என கருதுகிறேன். அவரது அறையில் ஒருவருமில்லை அவர் படுக்கைக்கு செல்லவே இல்லை சென்ற இரவில் வெளியேறியிருக்க வேண்டும். இது பற்றி ஏன் நீங்கள் எங்களிடம் எதுவும் சொல்லவில்லை.

சவாலுக்கு இழுக்கும் தொனியை அம்மா கண்டு கொள்ளவில்லை வெளிறிப் போனாள் . கணவனை நாடினாள் அவர் செல்வி மானின் அறைக்குப்போனார்.

சிறிது நேரம் அங்கிருந்தார். சிறுமியர் தம் அம்மாவை கோபத்துடன் பார்க்க அம்மாவால் அவர்தம் பார்வையை எதிர்கொள்ள இயலாது போனது. இப்போது கையில் கடிதத்துடன் அப்பா திரும்பி வந்தார். அவரும் சஞ் சலப்பட்டார். தும் அறைக்குள் ஒதுங்கிய பெற்றோர் தணித்த குரலில் பேசினர் இப்போது அதனை ஒட்டு கேடட சிறுமியர் அஞ்சினர். அவர்களின் தந்தை அப்படி தோற்றமளித்ததை அவர்கள் பார்த்ததேயில்லை.

அழுதபடி அம்மா வெளியே வந்தாள். அவளை அவர்கள் கேள்வி கேட்க விரும்பிய போது நறுக்கென்று கூறினாள்.

“பள்ளிக்கு ஓடுங்கள் ,தாமதமாக போகிறது”

அவர்கள் போகவேண்டியிருந்தது வகுப்பில் ஒரு வார்த்தையை யேனும் கவனியாமல் மண்க்கணக்கில் அமர்ந்திருந்தனர். அப்புறம் வீட்டுக்கு விரைந்தனர் வேலையாட்களிடம் கூட விநோதப் பார்வை இருந்தது. அவர்களை சந்தித்த அம்மா கவனமாக ஒத்திகை செய்திருந்த தொடர்களில் பேசினார்.

“செல்வி மானை நீங்கள் இனி பார்க்கமுடியாது அவள்...”

அவ்வாக்கியம் முடியுறவில்லை சிறுமியரின் பார்வை ஆவேசமிக்கதாக தொந்தரவு பண்ணுவதாக இருக்கவே அம்மாவால் அவர்களிடம் பொய்யுரைக்க முடியவில்லை அவள் திரும்பி தன்னறையில் புகலிடமடைந்தாள். அன்று பிற்பகலில் ஒட்டோ தலை காட்டினான் இரு கடிதங்களில் ஒன்று அவனுக்கு எழுதப்பட்டிருந்தது அவன் அழைக்கப்பட்டிருந்தான். இயல்பாயில்லாமல் வெளிறிப் போயிருந்தான். யாரும் அவனுடன் பேசவில்லை, ஒவ்வொருவரும் அவனை ஒதுக்கினர்.

மூலையிலிருந்த ஓர் அறையில் நம்பிக்கையிழந்து காணப்பட்ட அச்சிறுமியரிடம் அவன் வந்தான். அவனை திகிலுடன் பார்த்து எங்களின் கிட்டே வர வேண்டாம்!"

சிறிது நேரம் அங்குமிங்குமாக நடந்து கொண்டிருந்த அவன் அப்புறம் மாயமாகிவிட்டான். அச்சிறுமியருடன் யாரும் பேசவில்லை. அவர்கள் ஒருவருடன் ஒருவர் பேசிக்கொள்ளவில்லை அறைக்கு அறை இலக்கின்றி திரிந்தனர் ஒருவர் மற்றவரின் கண்ணீர்த்தடம் படிந்த முகத்தை நிசப்தமாக பார்த்துக்கொண்டனர் இப்போது அவர்களுக்கு எல்லாம் தெரியும் தாங்கள் ஏமாற்ற பட்டிருந்தது தெரியும் மனிதர்கள் எப்படி அற்பமாயிருக்க முடியும் என்பது தெரியும் தம் பெற்றோரை நேசிக்காது போயினர் நம்பவும் இல்லை யாரையும் இனி நம்புவதில்லை என்பதில் உறுதி கொண்டனர். வாழ்வின் சுமைகளெல்லாம் அவர் தம் நொய்மையான தோள்களின் மீது அழுத்தின கவலையற்ற மகிழ்ச்சியான குழந்தை பருவம் அவர்களின் பின்னே கிடந்தது இனந்தெரியாத பீதி அவர்களுக்கு காத்திருந்தது என்ன நடந்தது என்பதன் முழுமையான முக்கியத்துவம் அவர்களது புரிதலுக்கு அப்பாலிருந்தது ஆனால் அதன் கருமையான சக்திகளுடன் மல்லுக்கு நின்றனர். தம் தனிமைப் பாடலில் அவர்கள் ஒன்றிணைந்தனர். ஆனால் அது ஊமையான உரையாடலாயிருந்தது அவர்களால் நிசப்தத்தின் வசியத்தை முறிக்க முடியாது இருந்ததால் தம் மூத்தோரிடமிருந்து முழுதாக துண்டிக்கபட்டிருந்தனர், யாரும் அவர்களை நெருங்க முடியவில்லை.

ஏனெனில் அவர் தம் ஆன்மாக்களின் வாயில்கள் மூடியிருந்தன வருகின்ற பல ஆண்டுகளுக்காக இருக்கக்கூடும் தம்மை சுற்றியிருந்த அனைவருடனும் யுத்தமிட்டனர் ஏனெனில் ஒரு குறுகிய நாளிலே அவர்கள் வளர்ந்து விட்டிருந்தனர் மாலையில் தம் படுக்கையறையில் அவர்கள் தனித்திருந்த போது தனிமை குறித்த குழந்தையின் கலவரமும் இறந்து போனவளின் அச்சுறுத்தும் பயமும் வாடடி எடுக்கும் சாத்தியங்களின் பீதியும் அவர்களிடத்தே எழுந்தன கடுமையான குளிராயிருந்தது அங்கு நிலவிய குழப்பத்தில் வெப்பசச்சாதனம் மறந்து போயிற்று ஒரு படுக்கைக்கு ஊர்ந்து சென்ற அவர்கள் பரஸ்பர ஊக்குவிப்பிற்காகவும் கதகதப்பிற்காகவும் ஒருவரையொருவர் கட்டிக்கொண்டனர். அவர்கள் தம் பிரச்சனையை விவாதிக்க

முடியாதிருந்தனர் கடைசியாக இரவில் அடக்கிவைத்திருந்த தங்கையின் உணர்வோட்டம் கண்ணீராக கொட்ட மூத்தவளும் முடிவின்றி அழுதாள் இவ்வாறு அவர்கள் ஒருவர் மற்றவரின் தோள்களில் சாய்ந்து கிடந்தனர் அழுதபடி செல்விமானை இழந்ததற்காகவோ பெற்றோரிடமிருந்து விலகியதற்காகவோ அவர்கள் இப்போது துயரப்படவில்லை அறியப்படாத இவ்வுலகில் தங்களுக்கு என்ன நேரும் என்ற பயத்தால் உலுக்கி எடுக்கப்பட்டனர் அவ்வுலகின் யதார்த்தங்களுக்குள் இன்று முதல் நோக்கியிருந்தனர். தாம் வளர்ந்து கொண்டிருந்த வாழ்விலிருந்து அச்சுறுத்தும் உருவங்கள் நிறைந்த வனமாக, தாம் தாண்டவேண்டியிருந்த வனமாக அவர்களுக்கு தோன்றிய வாழ்விலிருந்து சுருங்கி போயினர். படிப்படியாக இக்கவலையுணர்வு தீர்க்க தரிசனமாக வளர்ந்தது அவர்களின் கேவல்களில் ஆவேசமில்லை. நீண்ட இடைவெளிகளில் கேவல்கள் வந்தன் சந்தம் கொண்ட அமைதியின் ஒன்றிப்பில் இப்போது அமைதியாக சுவாசித்தனர். தூங்கினர்...

வேட்டைகாரன் மாட்டிக்கொள்தல்

சென்ற கோடையில் கோமோ ஏரிப்பகுதியிலிருந்து சிறு இடங்களில் ஒன்றான கேடனாப்பியாவில் ஒரு மாதத்தைக் கழித்தேன்: அங்கே வெண்ணிறக் குடில்கள் இருண்ட மரங்களிடையே நேர்த்தியாக நிழலிட்டன. பெல்லாஜியாவிலிருந்தும் மெனாஜியோவிலிருந்தும் சுற்றுலாவாசிகள் நெருங்கியடிக்கும் வசந்தகாலத்திலும் அந்நகரம் அமைதியாயிருக்கிறதுஆனால் ஆகஸ்டு மாத வெம்மையான வாரங்களில் மணம் வீசுவதாக வெயிலடிக்கும் தனிமை மிக்கதாக இருக்கிறது. ஒட்டல் அநேகமாக காலியாயிருக்கிறது ஒவ்வொருநாளும் ஒருவரையொருவர் புதிராக பார்த்து கொள்ளும் அலைந்து திரிவோர், அப்படிகைவிடப்பட்ட இடத்திலே, யாரையேனும் கண்டால் ஆச்சரியப்பட்டனர். நேர்த்தியாக உடையணிந்து நாகரிகமிக்கவராக மூத்தகனவனாகத் தெரிந்த ஒருவரைப் பார்த்து வியந்தேன் — பாரிஸ் நகரத்தவனுக்கும் ஆங்கிலேயே அரசியல் பிரமுகருக்குமிடையிலான கலப்பு உறவில் பிறந்தவராக தோன்றினார். அவர் ஏன் வேறொரு கடற்கரை இல்லத்திற்கு போகவில்லை? தன் சிகரெட்டிலிருந்து எழுந்தபுகையை தியானித்தவராகத் தன் நாட்களை கழித்தார் — அவ்வப்போது ஒருநூலின் பக்கங்களை புரட்டினார். அப்போது மழை பொழியும் தினங்கள் இருண்டு வர பரிச்சயமானோம். எங்களுக்கிடையிலான வயது வித்தியாசம் மாயமாகும்படி செய்திருந்தது.

அவரின் இணக்கமான அணுகுமுறை — நாங்கள் நெருக்கமானோம். லிவோனியாவில் பிறந்து பிரான்ஸிலும் இங்கிலாந்திலும் கற்றுள்ள அவர் நிலைத்ததொரு வேலை பார்த்ததுமில்லை, நிரந்தரமாக ஓரிடத்தில் வசித்ததும் இல்லை. வீடற்று அலைந்து திரிந்தவரான அவர், கால் பதித்த ஒவ்வொரு இடத்திலும் தன் பங்கிற்கு அழகை கைப் பற்றிக்கொண்டார். எல்லாக் கலைகளிலும் ஆர்வங்காட்டிய அவர், எதனையும் மேற்கொள்ளவில்லை. அவர்கள் அவருக்கு சந்தோஷமான ஆயிரம் மணி நேரத்தை அளிக்க அவரோ அவர்களுக்கு கணநேர படைப்புக்கனவைத் தந்ததில்லை முற்றிலும் மிகையானதாகத் தோன்றிய வாழ்க்கைகளில் ஒன்றாக அவருடையது இருந்தது. ஒரு வாரிசை காணாமலேயே அவரின் அனுபவக் களஞ்சியம் தன் இறுதி சுவாசத்தை சிதறடித்தது.

ஒரு மாலைப்பொழுதில் ஓட்டலின் முன்னர் நாங்கள் அமர்ந்து ஏரியினுடே செல்லும் இருளைக் கவனித்தவாறு இருந்தபோது எவ்வளவு முடியுமோ அவ்வளவும் சுட்டிகாட்டினேன்.

“நீங்கள் சொல்வது சரியாயிருக்கலாம். ; ஞாபகங்களில் எனக்கு ஆர்வமில்லை. அனுபவம் ஒரேமுறை அனுபவிக்கப்படுவது; அப்பறம் அது முடிந்த கதை. புனைவின் பின்னலும் கூடத்தான் — சிறிது காலத்திற்குப் பின் அவை மங்கிவிடுவதில்லையா, இருபது, அய்ம்பது அல்லது நூறாண்டுகளில் அவை அழிந்துபோவதில்லையா? ஆனால் நல்ல கதையாக கட்டமைக்ககூடிய சம்பவத்தை உங்களிடம் கூறுவேன். சிறிது நடந்துபோவோம். நடந்துபோகையில் என்னால் சரியாகப் பேசமுடியும்”என்றார் புன்னகையுடன் .

ஏரியை ஒட்டி சைப்ரைஸ் — செஸ்ட்நட் மரங்களின் நிழலில் நடந்துபோனோம். இரவுத் தென்றலால் சலனம் கொண்ட நீர், கவிகையினுடே பிரகாசித்தது.

“போனவருடம் ஆகஸ்டில் கேடனாப்பியாவில் இருந்தேன், அதே ஓட்டலில் அது உங்களை ஆச்சரியப்படுத்தும் என்பதில் சந்தேகமே இல்லை, ஏனெனில், திரும்பக் கூறுவதை தவிர்த்து விடுவதை கொள்கையாகக் கொண்டிருப்பதை உங்களிடம் குறிப்பிட்டது நினைவிருக்கிறது. என் கதையை நீங்கள் கேட்டதுமே என் விதியை ஏன் மீறினேன் என்பதைப் புரிந்துகொள்வீர்கள்.

“இவ்விடம் இப்போது போன்றே ஆளரவமின்றி இருந்தது. மிலனைச் சேர்ந்த நபர் இங்கிருந்தார் — நாளெல்லாம் மீன் பிடிப்பதில் பொழுதைக் கழித்த அந்நபர், மாலை வந்ததும் தான் பிடித்ததை மீண்டும் ஏரியில் விட்டுவிடுவார் — அடுத்த காலையில் அதே மீனை தூண்டில் போடுவதற்காக. இரண்டு ஆங்கிலேயர் இருந்தனர். அவர்களின் இருப்பு அவ்வளவு அமைதியானதாக ஆரவாரமின்றி இருந்தது — அவர்கள் இருந்ததே யாருக்கும் தெரியாது. அத்துடன் வசீகர இளைஞனும் கவர்ச்சிமிகுந்த; ஆனால் வெளிறிய யுவதியும் இருந்தனர். ஒருவருக்கொருவர் அவ்வளவு நெருங்கி இருந்ததால், அவர்கள் கணவன் — மனைவியோ என்னும் சந்தேகம் எனக்கு.

“கடைசியாக ஒரு ஜெர்மானிய குடும்பம் — வகைமாதிரியான வடக்கு ஜெர்மானியர் அக்குடும்பத்தினர். துளைத்துவிடும் நீலநிறவிழிகளுடன் நிறம் மங்கி, ஒல்லியாயுள்ள ஒரு மூத்தபெண்: கத்தியால் கீறப்பட்டது போன்றவாய் அவளுக்கு இன்னொருத்தி அவளின் சகோதரியாயிருக்கவேண்டும் — சிறிது மிருது பட்டதாக அப்பண்புநலன்கள் இச்சகோதரிக்கு இருந்தன. இருவரும் எப்போதும் தையல் வேலையில் மூழ்கியவராக காணப்பட்டனர். சலிப்பு — கட்டுபாடுகளுடைய, ஈவிரக்கமற்ற சாம்பல் சகோதரியர் தம் மனங்களின் வெறுமையை தைத்துக் கொண்டிருந்ததாக தோன்றிற்று. அவ்விருவரில் ஒருவரின் மகளாய் இருக்கக்கூடிய, பதினாறு அல்லது பதினேழு வயது சிறுமிஅவர்களுடன் இருந்தாள் அவளிடத்தே முகிழ்த்துவரும் பெண்மையின் உருவரைகள் தென்பட்டதால், அக்குடும்பத்தின் கடுமை சற்று மிருதுத்தன்மை பெற்றிருந்தது. இருப்பினும் அவள் தனித்துவமாக வெளிப்படைத்தன்மையுடன் மிக ஒல்லியாயும் பக்குவமற்றும் இருந்தாள். மேலும் ரசனையின்றி ஆடையணிந்து இருந்தாலும் தோற்றத்தில் பொலிவு கொண்டிருந்தாள்.

“அவளது கண்கள் பெரிதாய் மட்டுப்பட்ட கனலாய் இருந்தன. ஆனால் யாரையும் நேருக்குநேர் பார்க்கமுடியாது நாணமிகுந்தவளாய் காணப்பட்டாள். அவ்விருவரையும் போல் அவ்வளவு உழைப்பு இல்லாவிடினும், ஏதேனும் ஒரு தையல் வேலை செய்துகொண்டிருந்தாள். அவ்வப்போது அவள் ஏரியினுடே கனவுடன் பார்த்தபடி, அவளது கையசைவுகள் மந்தமாகிட விரல்கள் தூங்கிவிழ அசையாது அமர்ந்திருப்பாள். இச்சந்தர்பங்களில் அவளிடத்தே என்னை கவர்ந்தது.

எதுவென்று எனக்குத்தெரியாது. இளமையின் பூரிப்பிலிருந்த யுவதியருகே வாடிவதங்கிய தாயின் பொருளின் பின்னேயான நிழலின் இருப்பால் எழுந்த சாதாரண ஆனால் தவிர்க்க முடியாத மனப் பதிவுக்குமேல் ஒன்றுமில்லாததா அது — ஒவ்வொரு கன்னக் கதப்பிலும் ஒரு மடிப்பு ஒழிந்திருந்தது; ஒவ்வொரு சிரிப்பிலும் சோர்வு; ஒவ்வொரு கனவிலும் ஏமாற்றம்? அவள் வெளிப்பாட்டில் அப்படி வடிவம் கொண்டது, வேட்கைமிக்கதும் ஆனால் இலக்கற்றதுமான ஏக்கமா — ஒரு யுவதியின் வாழ்வில் ஆச்சரியகரமான வேளைகளில் அவள் விழிகள் ரகசியமாக பிரபஞ்சத்திற்குள் நோக்கும் போதான ஏக்கமா— ஏனெனில் உரியவேளையில் அவள் ஒட்டிக்கொள்ளக்கூடிய மிதந்திடும் கட்டை மீதான பாசியாக ஒட்டிக்கொள்ளக்கூடிய ஒன்றினை இன்னும் அவள் கண்கள் காணவில்லை? காரணம் எதுவாயினும் அவள் நாயினையோ பூனையினையோ தழுவிவிடும் விதத்தை, ஒரு செயலுக்குப்பின்னே இன்னொன்றைத் தொடங்குகையில் அவளிடத்தேதோன்றும் அமைதியற்ற தன்மையை கவனிக்கும்போது என்னிடம் இரக்கம் தோன்றும். ஒட்டல் நூலகத்தின் தூசுப்படிந்த புத்தகங்களை நோட்டமிடுவதிலான அவளது ஆர்வம் அல்லது அவள் தன்னுடன் எடுத்துவந்த கவிதைத் தொகுதியைப் புரட்டுவது, கதே பாம்பாக்கின் கவிதைப் பற்றி சிந்திப்பது மனதைத் தொடும்".

ஒரு கணம் நிறுத்திவிட்டுக் கூறினார்:

"எதற்காக சிரிக்கிறீர்கள்?"

மன்னிப்பு கோரினேன்.

"கதையையும் பாம்பாக்கையும் நேர் எதிரே நிறுத்துவது கபடமற்றது என்பதை ஒத்துக்கொள்ளவேண்டும்"

"கபடமற்றதா? இருக்கக்கூடும். ஆனால் அது ஒன்றும் வேடிக்கையானதில்லை. அவ்வயதிலுள்ள சிறுமி தான் வசிக்கும் கவிதை நல்லதா கெட்டதா, உண்மையானவையா பொய்யானவையா என்று கவலைப்படுவதில்லை. தாகத்தை தணித்திட உதவுபவையே செய்யுள் வரிகள்; குவளையில் தன் உதடுகளை பதிக்கும் முன்னரே அவளுக்கு போதை ஏறியிருப்பதால், ஒயினின் தரம் இங்கு விஷயமில்லை.

“அப்படிதானிருக்கிறது இந்தயுவதியிடம் அவள் ஏக்கம் மீதூர பெற்றிருக்கிறாள் அது அவளின் கண்களிலிருந்து எட்டிபார்க்கிறது, அவளின் ஒட்டுமொத்த தோற்றத்திற்கு அருவருப்பான தன்மையை ஆனால் கவர்ச்சிகரத்தை அளிக்கிறது — அதில் அடக்கமும் உந்துதலும் கலந்துள்ளது. பேசவும் தன்னுள் ததும்பி வழியும் வாழ்வுக்கு வெளிப்பாடுதரவும் முற்படுகையில் காய்ச்சல் கண்டு விடுகிறாள். தனது இருபுறங்களிலும் ஊசிகள் மும்முரமாய் இயங்குகின்ற, சில்லிட்ட — சுருங்கிக்கொண்ட அம்மூத்தோருக்கிடையே அமர்ந்திருந்த அவள், முற்றிலும் தனித்து காணப்பட்டாள். அவள் மீது கருணை மிகுந்திருந்த நான் அவளை நெருங்கவில்லை. என் வயதுகாரனிடம் இந்த யுவதிக்கு என்னஆர்வம் இருக்கும்? அத்துடன் ஒரு குடும்பவட்டத்தின் பரிச்சயத்தை அருவருத்தேன். குறிப்பிட்ட வயதிலான அற்பமான இப்பெண்களைக் குறிப்பாக வெறுத்தேன்.

“எனக்குள் சிந்தித்தேன்: ஒரு விசித்திரமான புனைவு. அனுபவமில்லாமல் பள்ளியில் படிக்கின்ற சிறுமி சந்தேகமின்றி இத்தாலிக்கு முதல் முறையாக வந்திருக்கிறாள். ஜெர்மானியரெல்லாம் சேக்ஸ்பியரை வாசிக்கின்றனர் இதனால் இப்பூமி அவளது காதல்பூமியாக இருக்கும் — ரோமியோக்கள் ரகசிய சாதனைகள்; சமிக்ஞைகளாக நழுவும் விசிறிகள்; பளிச்சிடும் குத்தீட்டிகள், முகமூடிகள்; ஆயாக்கள்; காதல் கடிதங்களின் பூமியாக இருக்கும். கேள்விக்கு இடமின்றி, அவள் இத்தகையவற்றை கனவுகண்டு கொண்டிருக்கவேண்டும். மாலை நெருங்கிவர நீலத்திலும் பளிச்சிடும் சிவப்பு — பொன்னிறங்களிலும் இலக்கின்றி வெண்மேகம் மிதந்திடும் அந்நீரோடைகள் தவிர்த்து அப்பெண்ணின் கனவுகளுக்கு என்ன வரமபுகள் இருக்கமுடியும்? எதுவும் அவளுக்கு சாத்தியமற்றதாக நிறைவேற்றமுடியாததாக இல்லை அவளுக்கொருகாதலனை கண்டறிந்திட முடிவெடுத்தேன்.

“அன்றுமாலையில் நீண்டதும் மென்மையானதும் ஆனால் பணிவும் மரியாதையும் மிக்க கடிதமொன்று எழுதினேன். ஜெர்மன் மொழியில் — ஆனால் விநோதமான சாயல் தந்திருந்தேன். கையொப்பமில்லை கடிதம் எழுதுபவர் எதுவும் கோரவில்லை எதையும் தரவுமில்லை.

ஒரு நாவலில் நீங்கள் பார்க்கக் கூடிய கடிதரகம் மிகவும் நீளமில்லை, அடங்கிய படாடோபமிக்கது. தனது

அமைதியின்மையால் உணவறைக்குள் நுழைவது அவளாக இருந்ததால் அவளது மேஜைதுணியின் உள்ளே இக்கடிதத்தை செருகினேன்.

"அடுத்தநாள் காலையில் தோட்டத்திலிருந்து அவளை கவனித்தேன். ஜன்னல் வழியே நோக்கிய நான் நம்பமுடியாத அவளது ஆச்சரியத்தைப் பார்த்தேன். ஆச்சரியத்துக்கும் மேலாக திகைப்புற்றாள்: வெளிறிய அவளது கண்ணங்களில் சட்டென்று பளிச்சிட்ட வெட்கம் கழுத்து வரை பரவியது திடுக்கிட்டாள்; அவளது கைகள் முறுக்கின. காலை உணவு முடியும் வரையும் அமைதியின்றி இருந்தாள். ஒரு கவளம் கூட உண்ண முடியவில்லை யாரும் வராத ஒரு மூலைக்குச்சென்று அம்மர்மமான கடிதத்தை வாசிக்கவேண்டும் என்பது தான் அவளது ஒரே ஆசை — பேசினீர்களா?"

"அபாயத்தில் சிக்கிகொண்டீர்கள். அவள் விசாரிக்ககூடும், தனது மேஜைத்துணிக்குள் இக்கடிதம் எப்படி வந்திருக்கும் என பரிசாரகனை கேட்பாள்? அல்லது கடிதத்தை தன் தாயிடம் காட்டுவாள்?"

"நிச்சயமாக, இத்தகுசாத்தியங்களை நினைத்துப் பார்த்தேன். அச்சிறுமியை பார்த்துயாரேனும் உரத்துப்பேசினால் எப்படி அச்சம் அடைகிறாள் என்று கவனித்திருந்தால், உங்களுக்கு கவலையே இருக்காது ஒருவன் தான் விரும்பும் எந்த சுதந்திரத்தையும் மேற்கொள்ளலாம் என்னும் படியாகச் சில யுவதியர் இருந்தனர். அவர்களால் எதையும் புகார் செய்ய இயலாது.

"என் உத்தியின் வெற்றியைக் கண்டு ஆனந்தமடைந்தேன். தோட்டத்தில் நடந்துவிட்டு திரும்பினாள், அவளைப் பார்த்த மாத்திரத்தில் என் கன்னக் கதுப்புகள் துடித்தன. உற்சாகமிக்க புது சிறுமியாயிருந்தாள். என்ன செய்வதென்று அவளுக்கு தெரியவில்லை; அவளது கன்னங்கள் மீண்டும் தகித்தன தனது தருமசங்கடத்தில் அருவருப்பாய் தெரிந்தாள். அன்று முழுதும் இப்படிச் சென்றது. இப்புதிருக்கு விடைதேடுவது போல ஒன்று மாற்றி இன்னொன்றாக ஜன்னல்களை நோட்டமிட்டாள்; கடந்து செல்லும் ஒவ்வொருவரையும் துருவி ஆராய்ந்தாள். அவளது விழிகள் என்னுடையதை நோக்கவும் என் பார்வையை தவிர்த்தேன், ஓர் இமைப்பில் என்னைக் காட்டிக்கொண்டு விடக்கூடாது என்பதில்

எச்சரிக்கையானேன. ஆனால் அத்தருணத்தில் வேட்கை மிகு விசாரணை எரிமலை அவளுக்குள்ளே கனன்று கொண்டிருப்பதை அறிந்து கொண்டேன்; ஒரு சிறுமியின் விழிகளில் இத்தகு பொறியை பற்ற வைத்திடும் முதல் நபர் என்பதை விடவும் மயக்கும் தன்மையும் அபாயகரமானதுமான சந்தோஷம் வேறில்லை என்பதை பல ஆண்டுகளுக்கு முன்னே அறிந்து கொண்டிருந்ததை ஞாபகப்படுத்தி கொண்டேன், அது திகைப்பை அளித்தது.

“தைத்துக் கொண்டிருக்கும் இருவருக்கிடையே அவள் தனது சோம்பேறியான விரல்களுடன் அமர்ந்திருக்கக் கண்டேன்; அவளது கை தனது உடையின் ஒரு பகுதியை நாடிற்று — கடிதம் அங்கு ஒளிந்திருந்தது நிச்சயம் இவ்விளையாடடின் வசீகரம் வளர்ந்தது அன்று மாலை இரண்டாம் கடிதம் எழுதினேன். தொடர்ந்து இரவு தோறும் எழுதினேன். காதல் வயப்பட்ட இளைஞனின் உணர்வோட்டங்களையும் கற்பிதமான வேட்கை பெருகுவதையும் இக்கடிதங்களில் சித்தரித்தது என்னை மறக்கச் செய்தது. வேட்டையில் பொறிகளை வைப்போருக்கு அதே உணர்வோட்டங்கள் இருக்கும் மானை துரத்துவோருக்கு இறுதி வரை வேட்கை இருக்கும்.

அநேகமாக என் வெற்றியில் பீதியுற்று, அவ்விளையாட்டை தொடராமல் இருப்பதில் அரைமனதாயிருந்தேன்; ஆனால் நன்றாக தொடங்கியிருந்ததின் தூண்டுதல் என்னால் தாங்கி கொள்ள முடியாததாயிருந்தது.

“ஆனால் இப்போது நடந்த போது நர்த்தனமாடியதாகத் தோன்றிற்று; அவளது அம்சங்கள் அழகு மிகுந்து காணப்பட்டன அவளது இரவுகளெல்லாம் காலைப்பொழுதின் கடித எதிர்பார்ப்பில் அர்பணிக்கப்பட்டன. ஏனெனில் அவளது விழிகளின் கீழே கருவளையங்கள் தெரிந்தன. தன் தோற்றத்திற்கு மேலும் கவனம் செலுத்த தொடங்கினாள். கூந்தலில் மலர்கள் சூடினாள். ஒவ்வொன்றையும் இதமாய் தொட்டாள். தன்பார்வை விழுந்தவற்றை.றயெல்லாம் கேள்வி குறியுடன் கவனித்தாள் — ஏனெனில் நான் எழுதியிருந்த கடிதங்களில் கடிதம் எழுதுபவர் அருகில் உள்ளார். காற்றை இசையால் நிரப்பிடும் ஏரியில் அவர் அவள் செய்ததையெல்லாம் கவனிக்கின்றார். ஆனால் வேண்டுமென்றே புலப்படாதிருக்கிறார் என்றுணர்த்தும் குறிப்புகளை ஏராளமாகத் தந்திருந்தேன். ஆக உற்சாகம் இன்னும்

அதிகரித்தது — அவளிடத்தே துடிப்பையும் கன்னங்களில் மலர்ச்சியையும் கண்ட மந்தமான முதிய பெண்டிரும் ஒருவருடன் ஒருவர் புன்னகையை பரிமாறிக்கொண்டனர். அவளது குரல் மேலும் அதிர்வும் நம்பிக்கையும் மிகுந்து வளமானது . வெற்றிகரமான பாடலை பாட இருப்பவள் போன்று அடிக்கடி காணப்பட்டாள். மீண்டும் ஒருமுறை உங்களுக்கு குதூகலம்!"

"இல்லை, இல்லை, தயவு செய்து உங்கள் கதையை தொடருங்கள் எவ்வளவு அற்புதமாக அதைச் சொல்கிறீர்கள் என்றே எண்ணிக்கொண்டிருந்தேன். உங்களிடம் திறமை உள்ளது எந்த நாவலாசிரியனும் இதை விஞ்ச முடியாது".

"தன்னுணர்ச்சிபாங்கில் வார்த்தைகளை இரைக்கிறேன், படாடோபமாய், உணர்ச்சிபிழம்பாய் சலிப்பூட்டுவதாய் ஜெர்மன் நாவலாசிரியர்களின் பாணியை கொண்டிருக்கிறேன் என்று நீங்கள் உணர்த்துவதாய்த் தோன்றுகிறது. மிகவும் துல்லியமாயிருக்க முயலுகிறேன். பொம்மை ஆடியது பொம்மலாட்டக்காரனான நான் கயிறுகளைத் திறம்பட இழுத்துப்பிடித்தேன். என் மீதான சந்தேகத்தைத் தவிர்த்திட, (சில வேளைகளில் அவள் கண்கள் என் மீது படிந்ததை உணர்ந்தேன்.), கடிதம் எழுதுபவர் நிஜத்தில் கேடனாப்பியாவில் இல்லை மாறாக அண்மையிலுள்ள விடுதிகளில் ஒன்றில் தங்கியுள்ளார். நாள்தோறும் படகில் வந்து செல்கிறார் என்று கடிதங்களில் உணர்த்தினேன். அதிலிருந்து படகின் வருகையை மணியோசை அறிவித்தபோதெல்லாம் தாயின் கண்காணிப்பிலிருந்து நழுவி வந்து மூச்சுப்பேச்சின்றி கவனித்து கொண்டிருந்தாள்.

ஒரு நாள் மேகம் கவிந்திருந்த பிற்பகலில், அவளை கவனிப்பது தவிர்த்து வேறு வேலை இல்லாத நிலையில் விசித்திரமாக ஒன்று நடந்தது. வந்த பயணிகளிடையே இத்தாலிய பாணியில் உடுத்திய அழகான இளைஞன் இருந்தான். இறங்கும் மேடையை நோட்டமிட்டவன் ஆர்வமிகு விசாரணையுடைய சிறுமியின் பார்வையை எதிர்கொண்டான். தன்னை அறியாமலேயே அவன் உதடுகளைச்சுற்றி ஒரு புன்னகை வட்டமிட அவளின் கன்னங்கள் தகித்தன. இளைஞன் திடுக்கிட்டான்; அவன் கவனம் ஈர்க்கப்பட்டது. இயற்கையாகவே, வெளிப்படுத்தப்படாத அர்த்தம் நிரம்பிய,

அவ்வளவு வேட்கை மிக்க பார்வைக்குப் புதிலாக புன்னகைத்த அவன் அவளை நோக்கி நகர்ந்தான். ஓட்டமெடுத்த அவள் நீ;ண்ட நாள் எதிர் பார்த்த காதலன் இவன் என்னும் உறுதி பாட்டில் கணநேரம் நின்றாள். மீண்டும் விரைந்தாள்; ஆசைக்கும் அச்சத்திற்கும் இடையில், ஏக்கத்திற்கும் அவமானத்துக்கும் இடையிலான மிருதுவான பலவீனம் எப்போதும் வலிமை மிக்கதாய் நிருபணம் செய்யும்; அநேகமாக அவளை அவன் பிடித்துவிட்ட நிலையில் மூத்த பெண்கள் இருவரும் பாதைக்கு வந்த போது, நான் நிர்மாணித்திருந்த கட்டிடத்தின் அடித்தளம் நொறுங்கிவிழயிருந்தது. பீதியுற்ற பறவை போல அச்சிறுமி அவர்தம் பாதுகாப்பை நாடி ஓடினாள். இளைஞன் ரகசியமாய ஒதுங்கினான். அவன் திரும்பும் முன் அவனும் சிறுமியும் இன்னொரு முறை பார்வையை பரிமாறிக்கொண்டனர். ஆட்டத்தை முடிப்பதற்கான எச்சரிக்கை எனக்கிருந்தது ஆனால் அதன் கவர்ச்சி இன்னும் அகலாதிருந்தது, என் சேவையிலான சந்தர்ப்பத்தை பதிவு செய்ய முடிவெடுத்தேன். அன்று மாலையில் அவளது சந்தேகத்தை உறுதிப்படுத்த தவறாத விதத்தில் மிக நீண்ட கடிதம் எழுதினேன். இருபொம்மைகளை ஆட்டுவிப்பது குதூகலத்தை இருமடங்காக்கிற்று.

“அடுத்த காலையில் ஒழுங்கின்மையின் அறிகுறிகள் கண்டு எச்சரிக்கையடைந்தேன். புரிந்து கொள்ள முடியாத துயரால் வசீகரமிக்க அமைதியின்மை இடமாற்றம் செய்யப்பட்டது. அவளது கண்களில் கண்ணீர் தடயம், அவளது நிசப்தம் அழுதலின் முன்னோட்ட நிசப்தத்தை போலிருந்தது. ஆனந்தமிக்க நிச்சயத்தன்மையின் சைகைகளை எதிர்பார்த்திருந்தேன், ஆனால் அவளது ஓட்டுமொத்த தன்மை விரக்தி கொண்டிருந்தது. என் இருதயம் துவண்டது. முதல்முறையாக ஒரு சக்தி தலையிட்டது; நான் கயிறை இழுத்தப்போது பொம்மை ஆடவில்லை. என்ன பிரச்சனையென்று என் தலையை பிய்த்து கொண்டேன். நிலவரத்தை கண்டு பதற்றமும் கவலையுமடைந்த நான் அவளது பார்வைகளிலிருந்த அளவறியாத குற்றச்சாட்டுகளை தவிர்ப்பதற்காக, நாள்முழுதும் வெளியில் இருந்தேன். நான் திரும்பியதும் விஷயம் தெளிவாகியிருந்தது. அவர்களுக்கு மேசை போடப்படவில்லை; அக்குடும்பம் கிளம்பியிருந்தது. தன் காதலனிடம் ஒரு வார்த்தை கூட சொல்லாமல் அவள் போகவேண்டியிருந்தது. அவள் துணிவு கொள்ளவில்லை இவ்வினிய கனவிலிருந்து பரிதாபமான சிறிய நகரத்துக்கு இட்டுசென்றனர் என் குதூகலத்திற்கு இத்தகு முடிவினை

நான் நினைத்து பார்க்கவேயில்லை. கோபம், சித்ரவதை, நம்பிக்கையின்மை சேர்ந்த உள்ளுணர்வு கொண்ட அவளது கடைசிபார்வையின் குற்றச்சாட்டு என் கண்களின் முன்னே நிற்கிறது. அவளது இளமையில் வரப்போகும் பல ஆண்டுகளுக்கு திரையிட்டு நிற்கும்படி, நான் கொண்டு வந்த துயரத்தையெல்லாம் இன்னும் நினைத்துப் பார்க்கிறேன்."

"இளைஞனை பற்றியும் நான் எண்ணவில்லை"

"வேறெதைப்பற்றி"

"கடிதம் எழுதிடும்; முதியவரது கதையின் முடிவைச் சொல்வேன். முதுமையில் நன்றாயிருப்பினும் யாராலும் இப்படி வேட்கை மிகு கடிதங்களை போலியான காதல் பற்றி எழுத இயலுமா என்று சந்தேகிக்கிறேன். இவ்விளையாட்டு எப்படி நேரியத்தன்மை கொண்டது, தான் விளையாடுகின்றதாக எண்ணிய நபர் தன் ஆட்டத்தில் தானே துருப்புச்சீட்டானது எப்படி என எடுத்துக்காட்ட முற்படுவேன். உணர்வுபாவமின்றி தான் கற்பிதங்கொள்வதான சிறுமியின் பெருகிவரும் அழகு, அவரை வசீகரித்து மயக்குகிறது. அனைத்தும் அவரது கைகளிலிருந்து நழுவும் போது அந்த ஆட்டத்தின் மீதும் அப்பொம்மை மீதும் அவரிடம் கடுமையான ஏக்கம் எழுகிறது. வயதானவரின் வேட்கையை, பக்குவமடையாத இளைஞனுடையதாக ஆக்கிடும் காதல் உந்தலிளான மாற்றத்தை சித்தரிப்பது எனக்கு மகிழ்ச்சி தரும். ஏனெனில் இருவரும் தம் போதாமையை அறிந்துள்ளனர். காதலின் வகுவற்ற தன்மையாலும் தள்ளிப்போடப்பட்ட நம்பிக்கையின் ஆயாசத்தாலும் அவர் வருந்தியிருக்க வேண்டும். மீண்டும் அச்சிறுமியை பார்க்க அவளை பின் தொடர்ந்து செல்பவராக அவரை நான் ஊசலாடச் செய்திருக்க வேண்டும். அவளை மீண்டும் அங்கே பார்க்கும் நம்பிக்கையுடன், தன் விளையாட்டை ஆரம்பித்த இடத்திற்கே அவர் திரும்பி வர வேண்டும் நல்வாய்பின் சலுகைப்பெற மன்றாட நல்வாய்ப்போ ஈவிரக்கமற்று இருக்கும். அத்தகைய முடிவையே அக்கதைக்கு தருவேன்.

"பொய், முற்றிலும் பொய்!"

திடுக்கிட்டேன். என் காதில் ஒலித்த குரல் கடுமையாக ஆனால் துடித்து அதிர்வதாக இருந்தது. மிரட்டலைப் போல

என் சொற்களில் குறுக்கிட்டது. எனக்கு பரிச்சயமிக்க ஒருவர் கடுமையான உணர்வோட்டத்தால் நெகிழ்ச்சியடைந்து நான் பார்த்ததே இல்லை. சிந்தனையற்ற என் தடுமாற்றத்தில் ஒரு புண்ணின் மீது என் விரலை பதித்திருந்ததை உடனே உணர்ந்துவிட்டேன். தனது பரபரப்பில் ஒருதேக்க நிலைக்கு வந்திருந்தார்; நான் அவரை பார்க்க திரும்பிய போது, அவரது நரைமுடியின் தோற்றம் என்னைக் கவலை கொள்ள வைத்தது.

நான் கூறியிருந்ததன் முக்கியத்துவத்தை மாற்றியமைத்திட வெறுமெனெ முயன்றேன். ஆனால் இவர் அம்முயற்சியை ஒதுக்கிவிட்டார் இப்போது நிதானத்துக்கு மீண்டு வந்திருந்த அவர் ஆழமானதும் அமைதியானதும் ஆனால் வேதனை தோய்ந்த குரலில் பேசத்தொடங்கினார்.

“நீங்கள் சொல்வது சரியாக இருக்க கூடும் அது கதையை சுவாரஸ்யமாக முடிப்பதற்கான வழியாக இருக்கும். “முதுமையில் காதல் வயப்படுவது செலவு பிடிக்கும்” நான்கூறுவது சரியெனில் இத்தொடர் பால்ஸாக்கினுடையது. அவரது கதைகளில் மனதை மிகவும் தொட்டுவிடுகின்ற கதையின் தலைப்பென்று கருதுகிறேன். அதே தலைப்பின்கீழ் நிறையவே சொல்ல இயலும். ஆனால் அதுப்பற்றி மிகவும் தெரிந்துள்ள முதியவர்கள், தம் தோல்வியை விடவும் வெற்றியினையே பேசுவார்கள். தோல்விகள் தம்மை பரிகாசத்துடன் வெளிக்காட்டும் என்றெண்ணுகின்றனர் — இத்தோல்விகள் கால ஊசலின் தவிர்க்க இயலாத அசைவே என்றாலும் சாகசக்காரருக்கு வயதாகும்போது, வேட்டைக்காரன் தன் வலையிலேயே சிக்கிவிடும் ஆபத்திலிருக்கும் போது, கேசனோவாவின் நினைவு குறிப்புகளில் இல்லாத அத்தியாயங்கள் சந்தர்ப்பவசத்தால் நழுவி போயினவா? அவரது இருதயம் அவற்றை எழுத முடியாமல் நொந்து போயிருக்கலாம்.”

என் நண்பர் என்னிடம் தன் கையை நீட்டினார். அவரது குரலிலிருந்த திகில் முற்றிலும் அகன்றிருந்தது.

“விடைபெறுகிறேன். கோடையின் மாலைப்பொழுதில் இளைஞனிடம் கதைகள் சொல்வது அபாயகரமானது என்பதை அறிகிறேன். முட்டாள்தனமான புனைவுகளும் தேவையற்ற கனவுகளும் இத்தகு வேளைகளில் எழுப்பப்படும்; நல்லிரவு ஆகுக”

இன்னும் நெகிழ்ச்சி கொண்டிருப்பினும் வயதால் சற்று தோய்ந்திருந்த காலடியுடன் அவர் இருளுக்குள் நடந்தார். ஏற்கனவே தாமதாமாயிருந்தது. இப்புழுக்கமான இரவில் நான் உணர்ந்திருக்ககூடிய சோர்வு, புதிரான ஒன்று நிகழ்ந்த போது அல்லது அனுதாபத்துடன் கூடிய புரிந்து கொள்ளல், இன்னொருவரின் அனுபவங்களை கணநேரம் ஒருவர் வாழ்ந்து பார்த்த போது, குருதியின் சலனத்தால் ஓரங்கட்டப்பட்டது. ஏரிக்குச் செல்கின்ற மார்பிள்; படிகற்கள் பாவிய வில்லா கார்லோட்டா வரையுள்ள அமைதி நிரம்பிய தனிமையான பாதையில் திரிந்தேன், அங்கே குளிர்ந்த படிகளில் அமர்ந்தேன். இரவு அதிசயமாக அழகாயிருந்தது. பெல்லாஜியோவின் விளக்குகள் இலைகளிடையே மின்னி மறையும் மின்மினிகளைப்போலத் தோன்றியவை இப்போது நீரினூடே தொலைவாகத் தோன்றின. நிசப்தமான ஏரி பளிச்சிடும் ஓரங்களுடைய கரும் ஆபரணத்தை ஒத்திருந்தது. வெண்ணிறக்கைகளைப் போல ஏறியிறங்கும் அலைகள் தாழ்வான படிகளில் விளையாடின. நட்சத்திரங்களால் பிரகாசித்தது விண்ணகத்தின் கருவூலம் தன் பரப்பில் முடிவிலியாயிருந்தது. இந்நட்சத்திரங்களுள் ஒன்று விண்ணகத்திலருந்து நழுவி, இரவு வானுக்குள் பாய்வதென்ன, அவ்வப்போது ஒரு எரிநட்சத்திரம் வந்தது. அறியாத விதிகளின் அதல பாதாளங்களுக்குள் செலுத்தப்படும் நம் வாழ்க்கை போல குருட்டு ஆற்றலால் உந்தப்பட்டு, இருளுக்குள், பள்ளதாக்குகளுக்குள் குன்றங்களுக்குள் அல்லது தொலைதூர நீருக்குள் பாய்வதாய் இருந்தது.

வெளிப்புற மாற்றம்

1914 — இன் இலையுதிர்காலத்தில் குதிரைப்படைஅலுவலர் பிரெடரிக் மைக்கேல், ரவாருக்ஸாவில் கொல்லப்பட்டார். ஆவர் விட்டுச்சென்றவற்றுள் மூடி முத்திரையிடப்பட்ட ஒரு பை, அதில் பின்வரும் கதை இருந்தது. இறந்தவரின் உறவினர்கள் அதன் தலைப்பையும் பிரதியினையும் மேலோட்டமாக பார்த்தஅளவில், புனைவில் முதல் முயற்சி என்றெண்ணி எனது பரிசீலனைக்கு ஒப்படைத்தனர் — தகுதியிருப்பின் பிரசுரிக்கலாம் என்னும் உரிமையுடன். அது புனைவல்ல, உண்மையான அனுபவங்களின் ஆவணம் என்பது என் முடிவு. எனவே அதில் மாற்றங்கள் செய்யாமலும் எதுவும் சேர்க்காமலும், ஆனால் எழுதியவரின் அடையாளத்தை மறைத்து வெளியிடுகிறேன்.

அவ்விசித்திர இரவில் என் அனுபவங்களின் பதிவை எழுதவேண்டும் என இன்று எனக்குத் திடீரென்று தோன்றிற்று, அப்போதுதான் முழு நிகழ்வுகளின் போக்கையும் அவற்றின் இயற்கையான வரிசையில் என்னால் அளந்தறிய முடியும், அதிலிருந்து அந்நிகழ்வுகளின் விநோதம் குறித்த போதுமான மனப்பதிவை உண்டாக்குவது சாத்தியமா என்னும் சந்தேகம் இருக்கும்போதே,

என் சாகசங்களின் பதிவை எழுதிவிடவேண்டும் என்னும் விளக்கமுடியாத உந்துதல் என்னிடம் மேலோங்கி இருந்துவருகிறது. என்னிடம் கலைத்திறன் இல்லை, எழுத்துப்பயிற்சி இல்லை, என் பள்ளி நாட்களில் நாம் எழுதின ஓரிரு நகைச்சுவை கட்டுரைகளே, எழுத்தாளராவதற்கான என முயற்சிகள். இத்தகைய விஷயங்களில் தனிச்சிறப்பான உத்தி மேற்கொள்ளபடிகிறதா என்று தெரியாது; புற நிகழ்வுகளின் இணக்கமான தொடர்ச்சியை ஏற்படுத்தி, அதே வேளையில் மனப்பிரதிபலிப்பை விவரித்திட சிறப்பான வழிமுறையை ஓர் எழுத்தாளராக விரும்புவர்க்கு கற்பிக்கமுடியுமா என்றும் தெரியாது. என்னால் வார்த்தைக்கு அர்த்தத்தையும் அர்த்தத்திற்கு வார்த்தையையும் பொருத்தமுடியுமா என்பதே சந்தேகமாயுள்ளது — அதுதான் வெற்றிகரமான நாவலாசிரியரது பாணியின் பண்பாகும். எனினும், நானே புரிந்துகொள்வதற்குச் சிரமமாயிருப்பதை, மற்றவர்களுக்கு புரியும்படியாகச் செய்வது பற்றிய எண்ணமின்றி, எனக்காக மட்டும் எழுதிக்கொண்டிருக்கிறேன். நான் பெரிதும் ஆர்வங்கொண்டிருந்தது அதனால் பெரிதும் ஈர்க்கப்பட்ட சில நிகழ்வுகளுடன் கணக்குத் தீர்த்துக்கொள்ள வேண்டும் என்பதே என் நோக்கம் — இந்நிகழ்வுகளை முடிந்த மட்டும் புறவயமாக பார்க்கவேண்டும் என்பதே. இவற்றை என் சிநேகிதர் யாருக்கும் சொல்லியதே இல்லை. என்ன நகழ்ந்தது என்பதன் சாரத்தினை அவர்கள் புரிந்துகொள்ளுமாறு செய்ய முடியுமா என்னும் சந்தேகத்தாலும், திடிரென நகழ்ந்த ஒன்றுக்காக இந்த அளவு நான் பாதிக்கப்பட்டிருக்கவேண்டுமா என்பதற்காக சற்று அவமானம் கொள்வதாலும், அவ்வாறு செய்வதிலிருந்து தடுக்கப்பட்டன. ஒட்டுமொத்த விஷயமுமே அற்பமான அனுபவமே. எனினும் இவ்வார்த்தைகளை நான் எழுதும்போதுகூட, சரியான சொற்களை தெரிவுசெய்வது சிரமமாயுள்ளது; மிக எளிய அசைச்சொற்களில் எவ்வளவு பூடகம் அடங்கியுள்ளது எனப் புரிந்துகொள்கிறேன். இவ்வனுபவத்தை 'அற்ப' மானதென்று நான் விவரிக்கையில், ஒட்டுமொத்த நாடுகளும் பன்மடங்கு ஊழ்வினைகளும் ஈடுபட்டுள்ள வல்லமைமிக்கதும் நாடகப்பூர்வமானதுமான அனுபவங்களுக்கு மாறாக, ஒப்பிட்டளவில் அர்த்தப்பத்துடுத்துகிறேன்; நான் விவரிக்க இருக்கும் சாகசங்களெல்லாம் ஆறுமணி நேரத்திற்குள் நடந்துவிட்டவை என்று காண்கையில் அதனை தற்காலிக

அர்த்த்திலும் பயன்படுத்துகிறேன். இருந்தபோதும், விலகிய நிலையில், பொதுவான நோக்கில் இது அற்பமானதாக முக்கியத்துவமில்லாததாக இருப்பினும், தனிப்பட்ட முறையில் எனக்கு, இன்றைக்கும் — அவ்விசித்திர இரவிலிருந்து நான்கு மாதமாகியும் முக்கியத்துவமிக்கதாய் இருந்தது — இன்னும் தகித்துக்கொண்டிருக்கிறேன், அக்கதையைச் சொல்லிவிட வேண்டுமென்று, அன்றிரவு, என் ஒட்டுமொத்த இருப்பின் அச்சாணியாக மாறிவிட்டிருக்கிறது என்பதுபோல; நான் செய்திடும் சொல்லிடும் ஒவ்வொன்றும் நானறியாமல் அதனால் தீர்மானிக்கப்பட்டது போல. வேறெதனையும் நான் சிந்திப்பது இல்லை; அதன் திடீர்நிகழ்வுகளை எப்போதும் அசை போட்டுப் பார்க்க முற்பட்டு, என் புரிதலை உறுதிப்படுத்திக்கொள்கிறேன். உண்மையில், பத்து நிமிடங்களுக்குமுன் என் பேனாவை எடுத்தபோது, இச்சம்பவங்களை நான் எழுதுவதற்கான ஒரே நோக்கம், அவற்றைத் துரிதமாக பற்றிக்கொள்ள வேண்டும், எனக்கு முன்னே அவை திடமாக உருக்கொள்ளவேண்டும், உணர்வுரீதியிலும் அறிவார்த்தமாயும் ஒரே வேளையில் அவற்றின் ஒத்திகையை மீண்டும் ரசிக்கவேண்டும் என்பதே என்னிடமிருந்து இனனும் ஒளிந்திருந்தது என உணர்ந்து பேசினேன். எழுதி வைப்பதன்மூலம் இந்நிகழ்வுகளுடனான எனது கணக்கை தீர்த்துக்கொள்ளப்போகிறேன் என்று குறிப்பிட்டது தவறு. நான் வாழ்ந்தபோது மேலோட்டமாயிருந்ததன் உயிரோட்டமான சித்திரத்தை விரும்புகிறேன் என்பதே உண்மை; எனக்காக எப்போதும் நிஜமானதாக்கிவிடும் கதகதப்பான — சுவாசிக்கின்ற சித்திரத்தை விரும்புகின்றேன். அப்புழுக்கமான பிற்பகலை அல்லது அதனையடுத்துவந்த விசித்திர இரவினை ஒருகணம் மறந்துவிடுவோமோ என்னும் பயத்தால் அல்ல. இந்நேரங்களில் என் போக்கினை அடையாளப்படுத்திட நினைவுச்சின்னங்களோ, மைல் கற்களோ தேவையில்லை. பகலுக்குரியதாயினும் இரவுக்குரியதாயினும், அந்நிகழ்வுகளினூடாக திடமான காலடிகளுடன், தூக்கத்தில் நடப்பவனைப்போல் நடக்கிறேன்,; மிக அற்பமான விவரங்களை, தவறிவிடும் அறிவார்ந்த ஞாபகத்தைவிடவும், இதயத்திற்குரிய சரியான தெளிவுடன் பார்க்கிறேன். அப்பசிய வசந்தத்தின் நிலவியல் காட்சியில் ஒவ்வொரு இலையின் வெளிவரிக்கோட்டை இக்காகிதத்தின்மீது என்னால் வரையமுடியும்; இலையுதிர்காலமான இப்போது, செஸ்ட்நட் பூக்களின் மிருதுவான — மகரந்தம் படிந்த வாசனையில் என்னால் நுகரமுடியும். ஆகவே, இப்பதிவை

எழுதி, அந்நேரங்களை மீட்டிப் பார்க்கிறேன் என்பது, அவற்றை மறந்து விடுவேனோ என்னும் பயத்தால் அல்ல, நினைவு கூர்தலின் ஆனந்தத்துக்காகத்தான், சம்பவங்களின் வரிசையாக துல்லியமாக விவரிக்க முற்படுகையில், என்னை நிதானப்படுத்திக்கொள்ள வேண்டியுள்ளது. ஏனெனில் அவற்றை நினைத்துப்பார்க்கும்போதெல்லாம், ஒரு வித போதை, பரவசம் வந்துவிடுகிறது — அப்போது ஞாபகங்களின் சீரான ஓட்டத்தையும் சம்பவங்கள் குழப்பிவிடாமல் இருப்பதையும் உறுதிசெய்வது சிரமமாகிவிடுகிறது. எனவே, ஜுன் 8, 1913 நாளினை நான் நினைத்துப்பார்க்கையில் என் மனப்பதிவுகள் அவ்வளவு வேட்கை கொண்டுவிடுவதால்...

என் பேனாவை கட்டுப்படுத்திவிடும் தேவையை மீண்டும் உணருகிறேன் ஏனெனில் சொற்களின் பூடகத்தன்மையை கவனிக்கும்போது திடுக்கிட்டுவிடுகிறேன். இப்போது முதல்முறையாக என்ன நடந்தது என்பதன் தொடர்ச்சியான விவரிப்பை எழுதும்போது, வாழ்வென்று நாமழைப்பதன் நீடித்த ஓட்டத்தினுடைய, திடமான முன்வைப்பைத் தருவது எவ்வவு சிரமமானது என உணருகிறேன், அப்படி "நான்" செய்தேன், ஜுன் 8, 1913 அன்று "நான்" வாடகைக்கார் பிடித்தேன் என்றெழுதினேன், ஆனால் அப்பெயர்ச்சொல்லே தெளிவற்றது, ஏனெனில் ஜுன் எட்டென்று இருந்த நானாக இல்லாதுபோய் நீண்டகாலமாகிவிட்டது, — நான்கு மாதங்களே ஆகியிருந்தபோதிலும்; அந்"நான்"க்குரிய வீட்டில் அவனது மேசைமுன்பு அமர்ந்து, அவனது பேனாவை என் கையில்எடுத்து வைத்துள்ள போதிலும் அந்நாளை மனிதனிலிருந்து என்னை தனித்துவமாக்கிக்கொண்டு நீண்ட நாளாகியுள்ளது; நான் விவரிக்க இருக்கும் அனுபவங்களின் காரணமான, வேட்கை இன்றியும் அந்நிய விழியுடனும் அவனை நான் புறத்தே காண்கிறேன் அவனையொரு நண்பனாக அல்ல து நன்கறிந்த சகாவாக விவரிக்கமுடியும், ஆனால் அவன் என்னிடமிருந்து சாராம்சத்தில் வேறுபட்டவனாயிருந்தான் — ஒரு காலத்தில் எனக்குரியவனாயிருந்தான் என்னும் உணர்வு கணப்பொழுது இல்லாது, அவனைப் பற்றி என்னால் பேசமுடியும். அவனைப் புகழவோ பழிக்கவோ முடியும்.

அப்போதிருந்த நான் வேறாக இருந்தேன், ஆனால் பெருமித உணர்வின்றி தம்மை "நல்ல சமூகத்தினராக"

எண்ணிப் பழகியவர்களிடமிருந்து, தன் வர்க்கத்தின் பிற உறுப்பினர்களிடமிருந்து, புறத்தோற்றத்திலோ அகரியல்பிலோ சற்றும் மாறியிருக்கவில்லை. எனக்கு 35 வயதாகியிருந்தது. சீக்கிரமே இறநடதுவிட்ட என் பெற்றோர், எனக்கு சொத்து சுகத்தை நிறையவே விட்டுச் சென்றிருந்ததால், எனக்கு வாழ்க்கை நடத்த சம்பாதிக்கவேண்டும் அல்லது தொழில் செய்யவேண்டும் என்ற பிரச்சனை எழவில்லை, என்னை பெரிதும் வருந்தச் செய்துகொண்டிருந்த, ஒரு தீர்மானத்தை மேற்கொண்டாகவேண்டும் என்றும் கவலையிலிருந்து அவர்தம் மரணம் என்னை விடுவித்தது. அப்போதுதான் பல்கலைகழக படிப்பை முடித்திருந்தேன். ஒரு வேலையை மேற்கொள்வது அவசியமாயிருந்தது. குடும்பத் தொடர்புகளும், அமைதியும்பாதுகாப்பும் சிந்தனை தோய்ந்த வாழ்வின் மீதான என் நாட்டமும் சேர்ந்து, மக்களை நிர்வகித்திடும் மேல்நிலைப்பணியில் நான் சேரவேண்டும் என்பதாக; ஆனால் என் பெற்றோர் சொத்துகளுக்கு நான் ஒரே வாரிசாக இருந்ததால், சுதந்திரமாக வாழுவும் என் ஆசைகளைப் பூர்த்தி செய்யவும் அவை போதுமானவையாயிருந்தன. பேராசையால் தொந்தரவு செய்யப்படாதிருந்தநான், வாழ்க்கையைக் காண்பதிலும் ஒரு வேலையை மேற்கொள்வதைத் தள்ளிப் போடுவதிலும் கழித்திடத் தீர்மானித்தேன். இறுதியில், கவனிப்பதும் காத்திருப்பதுமான இவ்வாழ்வில் நிறைவடைந்து, நான் பெறமுடியாததை விரும்பாமல், என் ஆசைகள் அளவுடன் இருநதன. தன் வசீகரத்திலும், சிந்தனைகளுக்கான சந்தர்ப்பங்களை வழங்குவதிலும் தன் நேர்த்தியிலும் கலைத்திறனிலும் பிற தலைநகரங்களையெல்லா விஞ்சியிருந்த வியன்னாவின் வருமான சந்தோஷமான வாழ்வில், மிகவும் சிரமமிகு நடவடிக்கைகளை எண்ணிப்பார்க்க மறந்துபோனான். செல்வம் நிறைந்த, பேராசையற்ற, நல்ல தோற்றமுள்ள இளைஞனுக்குத் திறந்துவிடப்பட்டுள்ள ஆனந்தங்களையெல்லாம் அனுபவித்தேன்; மிதமான சீட்டாட்டத்தின் தீங்கற்ற பதற்றம், விளையாட்டு, பயணம் என, ஆனால் இத்தகு இருத்தலுடன் கலைரசனைகளை சீக்கிரமே சேர்த்துக்கொண்டேன். அரிதான கண்ணாடிப் பொருட்களை சேகரித்தேன் — அத்துறையில் அது லகுவாயிருந்தது. சுவர்களில் இத்தாலிய செதுக்கோவியங்களை மாட்டினேன். நல்ல இசை நிகழச்சிகளுக்கும் சிறந்த ஓவியர்களது அரங்கங்களுக்கும் குறைவில்லை. ஒட்டுமொத்தத்தில் என் நேரம் நன்கு நிரம்பிற்று, என் வாழ்க்கை நிறைவானதாகத்

தோன்றிற்று. இப்பட்டும்படாத, லகுவாய்ச் செல்லும் நாட்களின் சூழல் எப்போதும் சுவைமிக்கதாக, ஒருபோதும் கலவரப்படாததாக இருந்ததால் அதனை விரும்பலானேன்; புதிய ஆசைகளால் ஈர்க்கப்படவில்லை; இவ்வமைதியான சூழல்களில் அற்பமானவை எனக்குப் போதுமான மகிழ்வை அளித்தன. ஒருடையினை வெற்றிகரமாக தெரிவுசெய்வது, நல்ல புத்தகத்தை வாங்குவது, பயணிப்பது அல்லது பெண்ணுடனான ஒரு மணிநேரம் என் சந்தோஷத்தை நிரப்பிவிடும். ஆங்கிலேய தையல்காரரால் தைக்கப்பட்ட கச்சிதமான சூட் போன்றிருந்தது எனது விசேடமான ஆனந்தம் — அதில் வழக்கத்திற்கு மாறாக எதுவும் இருக்காது. என் நண்பர்கள் என்னைப் பெரிதும் விரும்பினார்கள், என்னைப் பார்ப்பதில் மகிழ்வடைந்தனர் என நம்புகிறேன். பரிச்சயமான பலரும் என்னை நல்வாய்ப்பாளனாகவே கருதினர்.

நான் விவரிக்க முற்படும் ஆரம்பகால இம்மனிதன் தன்னை நல்வாய்பாளனாகக் கருதினானா என்பதை என்னால் ஞாபகப்படுத்த இயலவில்லை; இப்போது என் முக்கிய அனுபவம் காரணமாக, ஒவ்வொரு உணர்வும் ஆழ்ந்த — போதுமான முக்கியத்துவம் பெற்றிருக்க வேண்டும் என்று நான் கோரும்போது, எனது ஆரம்பகட்ட உணர்வுகளை மதிப்பிடுவது அநேகமாக சாத்தியமற்றதாகிவிடுகிறது. ஆனால் அத்தினங்களில் நான் சந்தோஷமின்றி இருக்கவில்லை என்பது நிச்சயம். எல்லா ஆசைகளும் ஈடேறியிருந்தன, வாழ்க்கையிடமிருந்தான என் கோரிக்கைகளெல்லாம் நிறைவேறியிருந்தன. ஆனால் நான் விரும்பியதெல்லாம் கிடைக்கவே, ஊழ்வினையிடமிருந்து மேலும் நான் கோரிக்கைகள் வைக்காது இருந்துவிட்டது அதன் தாக்கத்தை ஏற்படுத்திற்று — வாழ்வென்பது உயிர்ப்போட்ட மற்ற விவகாரமாயிருந்தது, நவைலியின் அல்லது அரை பாதி ஈடேறிய ஏக்கங்கள் இருந்தன, தூய ஆசைகளில்லை, ஆசைகளுக்கான ஆசைதான்; வலுவான, குறைவாக கட்டுப்படுத்தப்பட்ட, மேலும் பேராசைமிக்க, உடனே திருப்தியுறாத ஆசைதான்; மேலும் முழுதாக வாழ்ந்திடும் ஏக்கம், துயருறுவதற்கான ஏக்கமும் தான், திறமையாக வகுக்கப்பட்டிருந்த உத்தியால், என் பாதையிலிருந்த தடைகளையெல்லாம் அகற்றினேன், தடைகளட குறைவாயிருந்தது என் ஆதார ஆற்றலை உறிஞ்சிக் கொண்டிருந்தது. என்னிடத்தே ஆசையின் எழுச்சி வலுக்குறைந்து வந்ததைக் கவனித்தேன்; என் உணர்வோட்டங்களில் ஒரு

தேக்கம்; ஆன்மிக ஆண்மையின்மையிலிருந்து, வேட்கையுடனும் வீறுடனும் வாழ்க்கையை கைப்பற்றிட முடியாத திறமையின்மையிலிருந்து வேதனைப்பட்டுக்கொண்டிருந்தேன். இதனை உணர்த்திய சமிக்ஞைகள் சிலவற்றை குறிப்பிடவிடுங்கள். குறிப்பிட்ட சில நாடகங்களைக்காண அரங்கங்களுக்குச் செல்லும் நாட்டமில்லை; ஒவ்வொருவரும் புகழ்ந்துரைக்கும் புத்தகங்களை வாங்கிவிட்டு, வாரக்கணக்கில் பிரிக்காது வைத்திருப்பேன்; கண்ணாடி பொருட்களின் சித்திரங்களின் சேகரம் தொடர்ந்து வந்தாலும், அவற்றை காட்சிப்படுத்துவதில் அக்கறையில்லை, அவற்றில் ஆனந்தம் இல்லை.

இவ்விடைநிலைக்கால லேசான மன ஆற்றலின் சரிவை முழுதாக நான் உணர்ந்த முதல்முறை என்மனதில் இன்னும் தெளிவாய் உள்ளது. அது கோடைகாலத்தில் என்னை வெளிக்காட்டிடும் நாட்டமின்மையும் புதிய சாத்தியத்தால் ஈர்க்கப்படாது போவதும் காரணமாக வியன்னாவில் தங்கியிருந்தேன். அச்சமயத்தில் மூன்றாண்டுகளாக நான் நெருக்கமாயிருந்துவந்த ஒரு யுவதியிடமிருந்து ஒரு கடிதம் வந்திட அவளிடம் காதல்வயப்பட்டதாக நேர்மையாகவே நம்பினேன். நீண்டும உணாச்சிவசப்படாமலிருந்த அக்கடிதம் 14 பக்கங்களுக்கு நீண்டது. சமீபத்தில் தனக்கு எல்லாமுமாக மாறியுள் ஒருவரது பரிச்சயம் கிட்டியதாக என்னிடம் தெரிவித்தாள்.

இலையுதிர்காலத்தில் அவரை மணக்க உத்தேசித்திருப்பதால், என்னுடனான உறவை முறித்து கொள்ள விரும்பினாள். நாங்கள் பகிர்ந்துகொண்டிருந்த அனுபவங்கள் குறித்து அவளிடம் வருத்தமில்லை; அவற்றின் ஞாபகம் அவளுக்கு ஆனந்தமளித்தது; என்னைக் குறித்த அவளது எண்ணம் தனது புதிய திருமணத்துடன், இதுவரையிலான தன் வாழ்வின் மிக இனிய எண்ணமாக சேர்ந்துவரும் இத்திடீர் தீர்மானத்திற்காக நான் அவளை மன்னிப்பேன் என நம்பினாள். தன்னை அவமதிக்கவேண்டாம், இப்படி தூக்கி எறியப்பட்டதற்காக வருந்த வேண்டாமென்று கேட்டுக்கொண்டாள். அவளைத் தக்கவைத்துக்கொள்ள எந்த முட்டாள்தனத்தையும் நான் செய்யவில்லை. வேறிடத்தில் ஆறுதல் தேட இருந்தேன்; என்னிடமிருந்து பதில்வரும் மட்டும் பதற்றம் கொண்டிருப்பாள் என்பதால் உடனே அவளுக்கு எழுதஇருந்தேன். பின்

குறிப்பில் அவள் எழுதியிருந்தாள்: "அவசர கோலத்தில் எதுவும் செய்யவேண்டாம்! என்னைப் புரிந்துகொண்டு, மன்னித்துவிடவும்!

முதல்முறை இக்கடிதத்தை வாசித்த மாத்திரத்தில் வியப்படைந்தேன். ஆனால் மீண்டும் வாசித்ததும் ஒருவித அவமானம் எழுந்து, நேர்மறையான எச்சரிக்கை மணியாகியது. என் காதலி எதிர்பார்த்திருந்த அவ்வலுவான — இயற்கையான உணர்வோட்டங்களில் எதனையும் என்னுள்ளே என்னால் கண்டறிய முடியவில்லை. அவற்றின் தடயமில்லை. அவளது செய்தி எனக்கு வலியை ஏற்படுத்தவில்லை. அவளிடத்தே கோபமில்லை, அவளுக்கு எதிராகவோ எனக்கெதிராகவோ எந்தவொரு வன்முறைத்தருணத்தையும் நான் கனவு கண்டிருந்ததில்லை. இத்தகு இரக்கமற்ற தன்மை எனக்கு அந்நியமானது என்பதால் எனக்குப் பீதியூட்டவில்லை. பல ஆண்டுகளாக எனக்கு நெருக்கமாக இருந்த ஒருத்தியை இழக்கயிருந்தேன். அவளது கதகதப்புமிக்க உடலை பலமுறை தழுவியிருந்தேன், இரவில் என்னருகே அவள் கிடந்த போது, அவளின் ஜீரான சுவாசம் என்னை மகிழச்செய்தது. ஆனால் இச்செய்தியால் என்னிடத்தே எந்தச் சலசலப்புமில்லை, என் வெற்றியை மீண்டும் நிலைநாட்ட வேண்டுமென்று ஏக்கமும் இல்லை. ஓர் ஆணிடமிருந்து இயல்பாக என்ன எதிர்பார்க்கமுடியும் என அவளது உள்ளுணர்வு உணர்த்தியதன் ஒரு அடையாளத்தையும் என் உணர்வுகள் வெளிக்காட்டவில்லை, எனக்குள்ளேயான தேக்கத்தை முதலில் சுட்டிக்காட்டியது இதுவே. இல்லாதுபோனால், நீரோடை மேற்பரப்பில் துடுப்பில்லாத படகாக மிதந்து கொண்டிருப்பேன். இவ்விறுக்கத்தில் ஒரு சாவுக்கான, பிரேதம் போன்ற ஒன்று இருந்ததை அறிவேன். இன்னும் ஊழலின் முடைநாற்றம் வீசவில்லை; ஆனால் தேய்ந்துவரும் வாழ்வின் பரிதாபம், உடலின் மரணத்தையும் அதனையடுத்த அழுகும் நிலைக்கு முந்தைய கணத்தின் பரிதாபம் இருந்தது.

அதிலிருந்து நோயின்போக்கை கவனிக்கும் நோயாளிபோல, இக்கடுமையான தேக்க உணர்வை கவனிக்கத்தொடங்கினேன். ஆதன்பின்னர் சீக்கரமே என் நண்பர்களில் ஒருவர் மடிந்துபோனார். என் குழந்தைப் பருவத்தில் நெருக்கமாயிந்தவர் நிரந்தரமாகச் சென்றுவிட்டார். கல்லறை மயானத்தில்

உண்மையிலேயே நான் வருந்தினேனா, எந்த இழப்பு உணர்வும் எனக்கு இருந்ததா என என்னை நானே கேட்டுக்கொண்டேன். அத்தகு உணர்வில்லை. கண்ணாடியில் செய்யப்பட்டது போலிருந்தேன்; அதனினுடே பொருட்கள் புலப்படும், ஆனால் அவற்றின் அங்கமாக மாறாது. நான் உணர்ந்தே ஆகவேண்டும் என்று என்னை திருப்திபடுத்திக் கொள்ள நான் முன்வைத்த காரணங்கள் எவ்வளவு அற்புதமாயிருப்பினும், எனக்குள்ளே எதிர்வினை இல்லாதிருந்தது. ஆண்களை இழந்தேன்; பெண்கள் வந்து போயினர்; சன்னல் சட்டகத்தில் படியும் மழைத்துளிகளால் அறையில் அமர்ந்திருப்பவர் சலனமடையாதது போலவே, நானுமிருந்தேன். ஏனக்கும் வாழ்வின் உடனடி விஷயங்களுக்குமிடையே ஊடுருவித் தெரியும் தடுப்பு இருந்தது. நொறுக்கிடும் தன்மை எனக்கில்லாத தடுப்பு அது.

நான் ஏற்கனவே விளக்கியிருப்பது போல, இத்தெளிவான உணர்தல் நாளடைவில் பதற்றத்தை கொண்டுவரவில்லை; என்னை நெருக்கமாகத் தொட்டவற்றிடமும் அலட்சியம் காட்டினேன். துயரமே கூர்மை இழந்துபோனது. எனது ஆன்மிகத்தின் குறைவு என் சகாக்களுக்கு புலப்படாது போனது — ஆண்மைக்குறைவு ஒருவரின் சாதாரண சகாக்களுக்கு எப்போதேனும் தெரிந்துவிடும். சமூக வாழ்வில், உள்ளார்ந்த என் பரிதாபத்தை மறைத்து, என் உணர்வோட்டங்களை அணிவகுக்கச்செய்து, ஆச்சரிய உணர்வை ஏற்படுத்தி விடுவேன். வெளிப்பார்வைக்கு, பழைய, லகுவான, தடையற்ற வாழ்வை தொடர்ந்து வாழ்ந்துகொண்டிருந்தேன். வாரங்களும் மாதங்களும் நழுவியோடின, மாதங்கள் மெல்ல நீண்டு ஆண்டுகளாகின. ஒரு நாள் காலையில் கண்ணாடி பார்த்தபோது என் கன்னங்களில் சாம்பல் நிற சாயை, அப்போது என் இளமை பறந்தோடிட ஆயத்தமாகிக்கொண்டிருந்ததை உணர்ந்துகொண்டேன். ஆனால் இதற்கு நீண்ட நாள் முன்பே 'இளமை' என்னும் சொல் என்னிடமிருந்து புறப்பட்டிருந்தது. அதனை நான் அளவுக்கதிகமாக மதிக்காததால், அதன் இழப்பு அவ்வளவாக என்னை சஞ்சலப்படுத்தவில்லை. என்னிடமே கூட எனக்கு தனித்த அக்கறை இல்லை.

வேலையிலும் சம்பவத்திலும் வெளிப்புற வேறுபாடுகள் இருந்தபோதும், இப்பரிதாபம் காரணமாக, என் தினங்கள்

மேலும்மேலும் சலிப்பூட்டின. மரத்தில் இலைகள் துளிர்ப்பதும் உதிர்வதும்போல, தினங்கள் மாற்றமின்றி ஒன்றையடுத்து இன்னொன்றாக வந்துகொண்டிருந்தன. நான் விவரிக்கப்போகும் நாளின் தொடக்கத்தையும் சிறப்பித்துக்காட்டும் அடையாளம் இல்லாதிருந்தது. இன்னொரு தினத்தைப் போன்றே தோன்றிற்று. ஜுன் 8, 1913 காலையில் சற்று தாமதித்தே எழுந்தேன் — ஞாயிறு காலையில் படுக்கையில் கிடந்திடும் நாட்டமே இருந்ததை பள்ளி நாட்களின் ஞாபகம் காட்டும். காலைக்கடன்கள் முடித்து செய்தித்தாள் பார்த்துவிட்டு, நாளின் கதகதப்பால் வெளியே ஈர்க்கப்பட்டேன். வழக்கம்போலவே, பரிச்சய மானவர்களிடம் தலையசைத்தும், இங்கொன்றும் அங்கொன்றுமாக ஓரிரு வார்த்தைகள் பறிமாரிக்கொண்டும் கிராபென் தோட்டத்;தில் நடந்தேன். உணவுண்ண ஒரு நண்பனின் வீட்டுக்குப்போனேன். அப்பிற்பகலில் எனக்கு வேலையேதும் இல்லை — ஞாயிறு பிற்பகல்களில் சுதந்திரமாயிருக்கவே விரும்பினேன். நண்பனது வீட்டிலிருந்து வெளியேறி, ரிங்க்ஸ்ட்ராஸ்ஸைத் தாண்டியதும், சூரிய ஒளி படிந்த நகரின் அழகால் ஈர்க்கப்பட்டு, அப்பிற்பகலின் வசீகரத்தால் ஆனந்தமடைந்தேன். ஒவ்வொருவரும் உற்சாகமாய் காணப்பட்டனர். நாள்தோறும் அநேகமாக இப்பாதையில் நான் சென்றாலும், இந்த ஞாயிறு கூட்டத்தின் நேர்த்தியால் வியப்புற்றேன், மேலும்மேலும் பிரகாசத்திற்காக, செழுமைக்காக ஏங்கினேன் — .இன்னும் விதவிதமான வண்ணங்கள் வேண்டும் என்று தோன்றிற்று. வசந்தம் முடிந்து கோடை தொடங்கும் இப்போது, பிரும்மாண்ட விருட்சங்கள், சாலையின் இருமருங்கிலும் நிற்கும் படைவீரர்களென நின்று அங்கு உலவுவோர்மீது பூக்களைச் சொரிந்தன. இத்தகு அற்பமான உந்துதல்களுக்குபட பணிந்து விடும் வழமையால், முதலில் வந்த வாடகைக் காரில் ஏறி ப்ராட்டர் சென்றேன்.

பிரதான நிழற்சாலை அநேகமாக காலியாயிருந்தது. சிறிது நேரத்திற்குமுன்னரே குதிரைப்பந்தயம் தொடங்கி இருக்கவேண்டும். வழக்கமாயிருக்கும் வண்டிகளின் நெரிசலுக்குப்பதிலாக, ஒன்றிரண்டே உச்சவேகத்தில் விரைந்துகொண்டிருந்தன. செஸ்ட்நட் பூக்களின் இதழ்கள் அங்கொன்றும் இங்கொன்றுமாக விழுந்து கொண்டிருந்தன. கண்களை மூடி இவ்வசந்தத்தின் சூழலை சுவாசித்திட இதமாயிருந்தது; இலக்கினை நோக்கி விரைந்திடுவதற்கான அழுத்தமும் இல்லை.

கூட்டத்தினரின் ஆர்வமையம் எங்கிருந்தது. என்பதை அவர்தம்தலைகள் சரிந்திருந்த திசை காட்டியது. ஆயிரக்கணக்கிலான தொண்டைகளிலிருந்து பீறிட்ட கூச்சல்கள் தனியொன்றாக திரண்டு, ஒட்டுமொத்த இடத்தையும் நிரப்பி, விண்ணகம் நோக்கி எழுந்தது. சில நபர்களின் முகங்களை மிக நெருக்கத்தில் பார்த்தேன். அநேகமாக கோணிக்கொண்டு வெறியில் இருந்தன — கண்கள் நிலைகுத்தியும் உதடுகள் இறுகியும் கன்னங்கள் உப்பியும் நாசித்துவாரங்கள் மூச்சிரைத்தபடியும் இருந்தன. கட்டுப்படுத்த முடியாத இப்போதை நிலையின் காட்சி என ஒரே வேளையில் முட்டாள்தனமாயும் குருரமாயும் இருந்தது. அருகிலிருந்த பெஞ்சில் மிடுக்காக உடுத்தியவர் நின்றுகொண்டிருந்தார்.

இணக்கமாயிருந்த அவரது முகம் இப்போது பேய்பிடித்தது போலிருந்தது. தன் நடைபயிற்சி கோலால், குதிரையை விளாசுவது போல காற்றினை அடித்துக்கொண்டிருந்தார்; அவரின் உடலே நடுங்கிகொண்டிருந்தது. அவரின் கணுக்கால்கள் சந்தத்துடன் பெஞ்சில் அடித்துக்கொண்டிருந்தன. அவரின் இடக்கையில் பந்தயச்சீட்டு ஆடிக்கொண்டிருக்க, வலது கையில் உள்ள கோலால் காற்றினை தொடர்ந்து அடித்துக்கொண்டிருந்தார். எங்கு பார்த்தாலும் இவ்வெள்ளைப் பந்தயச்சீட்டுகள்; ஆர்ப்பரிக்கும் வெள்ளத்தின் வெண்ணுரை போல, அப்போது ஏராளமான குதிரைகள் போட்டிப்போட்டு ஓடிக்கொண்டிருக்கவேண்டும் — அவற்றின் பெயர்கள், யுத்த முழக்கங்கள்போல அதிர்ந்து கொண்டிருந்தன.

வெறிகொண்ட இக்கூச்சல்களிடையே பாறையென அசையாதிருந்தேன், என் உணர்வோட்டங்களை துல்லியமாகத் தருவது சிரமமாயுள்ளது. இப்பரபரப்பு எனக்கு அபத்தமாய்பட்டது, ஆபாசமாய் அருவருக்கச் செய்தது. ஆனால் இன்னொரு உணர்வின் ஈர்ப்பிருந்ததை விருப்பமின்றி ஒத்தக்கொள்ளத்தான் வேண்டும்; இவ்வேட்கை மீதான பொறாமை எனக்கு இல்லாமில்லை, அவ்வேட்கை வெளியிட்ட எழுச்சிமிக்க வாழ்வின்மீது நாட்டமிருந்தது. இதனை என்னிடம் எழுப்பக்கூடியது எது? புரபரப்பில் என்னை ஆழ்த்தகூடியது எது? என் உடலை தகிக்கச் செய்திடும் எதுவும் இவ்வுலகில் இல்லை. என் தலையருகே ஒரு கைத்துப்பாக்கி இருப்பின், விசை இழுக்கப்படுவதற்கு முந்தைய தருணம், கை நிறைய பணம்

கிட்டியதால் துடிக்கின்ற இந்த ஆயிரக்கணக்கானவர்களின் இருதயங்களைப்போல, என் இருதயம் துடிக்காது.

ஆனால் இப்போது ஒருகுதிரை வென்றிருக்க வேண்டும், ஏனெனில் பல்வேறு தொண்டைகளிலிருந்து ஒரேயொரு பெயர் எழுந்து அமர்க்களப்பட்டது. இசைக்குழு வாசிக்கத் தொடங்கவும், கூட்டம் சிதறியது. ஒருபந்தயம் முடிந்து ஒருபோட்டி தீர்மானிக்கப்பட்டதும் பதற்றம் உயிரோட்டமானது. ஒரு கணத்திற்கு முன் வேட்கையின் தீவிர ஒருங்கிணைப்பாய் இருந்திருந்தது, சிரிக்கின்ற பேசிக்கொண்டிருக்கிற அங்குமிங்கும் அலைகின்ற நபர்களின் குழுக்களாய் மாறியது. வெறி மிக்க பரபரப்பின் முகமூடி, அமைதியான வெளிப்பாடுக்கு இடமளித்தது. சமீபத்தில் விளையாட்டு வேட்கையால் ஒன்றுபட்டிருந்த, பேதமற்ற பெருந்திரளிலிருந்து சமூக குழுக்கள் உருக்கொண்டன. பரிச்சயமானவர்களை அடையாளங்கண்டு, அவர்களுடன் வாழ்த்துகளை பறிமாற்றிக்கொண்டேன்; ஆனால் இவர்களில் பெரும்பாலானவர்கள் எனக்கும், அவர்கள் ஒருவருக்கு ஒருவரும் அந்நியராக இருந்தனர். பெண்களோ, ஒருவர் மற்றவரின் ஆடைகளை மதிப்பீடு செய்தனர்; ஆண்களோ வேட்கைமிகுந்து பெண்களை பார்த்துக் கொண்டிருந்தனர்; சோம்பேறியான செல்வந்த வர்க்கத்தின் பிரதான தொழிலான, நன்கு வளர்க்கப்பட்ட குறுகுறுப்பு, மீண்டும் இயங்கிற்று; துடிப்பினைப் பொறுத்தவரை, ஒருவரை மற்றவர் மாதிரியாக்கினர்; யார் வந்திருந்தார், யார் வீட்டிலேயே தங்கிவிட்டார் என்று நோட்டமிட்டனர். அவர்கள் தம் வெறியிலிருந்து அப்போது வெளிவந்திருந்தாலும், தம் சமூக சந்திப்பின் பிரதான நோக்கம், இவ்விடைவேளையா, அல்லது குதிரைப் பந்தயமேதானா என்றும் சந்தேகத்தில் இருந்தனர். கூட்டத்தினரிடையே நடந்து சென்ற நான், அதன் சூழலைச் சுவாசிப்பதில் அகமகிழ்ந்தேன், ஏனெனில் அது என் அன்றாட வாழ்வின் சூழலேதான்; வண்ணமயமான இக்கதம்பத்திலிருந்து வெளிவந்த துடிப்பின் மணத்தை ரசித்தேன் — இன்னும் அனுபவிக்கக் கூடியதாயிருந்தது, புல்வெளிகளிலிருந்தும் வனங்களிலிருந்தும் வீசிய இதமான தென்றல் — அது அவ்வப்போது பெண்களின் வெள்ளை மஸ்லின் ஆடைகளை சலசலக்க வைத்தது. பரிச்சையமானவர்களில் சிலர் என்னுடன் பேச விரும்பினர்; அழகிய நடிகை டயானா, தான் அமர்ந்திருந்த இடத்திலிருந்து என்னை அழைத்தாள்; ஆனால் நான் செவி

சாய்க்கவில்லை. இம்மோஸ்தர் மிக்கவர்களுடன் உரையாட நான் விரும்பவில்லை, அவர்தம் கண்ணாடியில் என்னைப் பார்ப்பது எனக்கு சலிப்பூட்டும். நான் ஆசைப்பட்டதெல்லாம் வாழ்வின் பிரும்மாண்டத்தை ஆராயவேண்டும், அந்நேரப் பரபரப்புகளை கவனிக்க வேண்டும் என்பதே — ஏனெனில் பங்கேற்காதவருக்கு, மற்றவர்களின் பரபரப்பு மிகவும் ஏற்கக்கூடிய பிரும்மாண்டங்களில் ஒன்றாயிருக்கும்.

என்னைக் கடந்து சென்ற இரு அழகியரை துணிகரமான வழிகளால் பார்த்து (ஆசையால் உந்தப்படாத போதும்), அவர்களிடத்தேயான தருமசங்கடத்தையறிந்து சந்தோஷப்பட்டேன். உண்மையில் என்னை ஈர்த்திடும் வசீகரம் அவர்களிடமில்லை. எனது பிரதான காம விளையாட்டு, எனது குருதியின் சலனத்தை உணர்வதை விடவும், மற்றவர்களிடத்தே கதகப்பையும் சஞ்சலத்தையும் எழுப்பி விடுவதில்தான், இப்படி, அங்கே நான் போவதும் வருவதுமாக இருந்து அப்பெண்களைப் பார்த்து, பதிலுக்கு அவர்களது பார்வைகளைப் பெற்று, அடியோட்ட உணர்வின்றி, கிளுகிளுப்படைவதுதான்.

இதுவும் விரைவிலேயே சலித்துவிட்டது. ஒரே விதமானவர்களை திரும்பத்திரும்பப் பார்த்து, அவர்தம் முகங்களும் சமிக்ஞைகளும் அலுத்துவிடுகிறது. காலியாயிருந்த ஒரு நாற்காலியில் அமர்ந்தேன். என்னைக் கடந்து போனவர்களிடம் ஒருவித அமைதியின்மை அதிகரித்துக்கொண்டிருந்தது. புதிய பந்தயமொன்று தொடங்கப்போகிறது வெளிப்படையானது. அது எனக்கு ஒரு பொருட்டாக இல்லை. சிந்தித்தபடி அமர்ந்திருந்த நான், என் சிகரெட்டிலிருந்து புகை வளையங்கள் உருக்கொண்டு கலைவதைக் கண்டேன். இன்னும் என் வாழ்வில் செல்வாக்கு செலுத்திவரும் முன்னெப்போதும் கிடைத்திராத அனுபவத்தின் நிஜமான தொடக்கம் இப்போது வந்தது. அச்சரியான தருணத்தை அறிவேன், அது நிகழ்ந்திருந்த போது என் கடிகாரத்தைப் பார்த்தேன். கடிகாரமுட்கள் ஒன்றின்மேல் ஒன்று இருந்தன: ஜுன் 8, 1913 பிற்பகலில் 3.15 மணி. வேண்ணிறப் பரப்பை பார்த்தபடி, இச்சாதாரண விஷயத்தில் குழந்தைதனமான எண்ணங்களுடன் ஆழ்ந்திருந்தேன்; அப்போது எனக்குப்பின்னே ஒரு பெண்ணின் சிரிப்பைக் கேட்டேன் — பெண்களிடம் நான் பெரிதும் விரும்புகிற, பிரகாசமானதும் ஒருவித சஞ்சலமும் நிறைந்த

சிரிப்பு அது — தகிக்கும் புலனின்ப வேட்கையிலிருந்து வெளிப்படும் சிரிப்பு அது. தேங்கிய குளத்தின் இருண்ட நீருக்குள் எறியப்பட்ட கூழாங்கல்லைப்போல, என் கவனமற்ற பகல்கனவை கலைத்திருந்த இப்பெண்ணைப் பார்த்திடும் உந்துதலால் தலையைத் திருப்பினேன்; ஆனால் அவ்வாசையை கட்டுப்படுத்திக்கொண்டேன். தீங்கற்ற உளவியல் சோதனைக்கான நாட்டம், அவ்வுந்துதலை கட்டுப்படுத்திற்று. சிரிக்கின்ற .இவ்வுவதியைப் பார்க்க இன்னும் ஆசைப்படவில்லை; என் கற்பனையில் அவளுக்கு உருவம்தர விரும்பினேன். — ஒருமுகம், வாய், கழுத்து, பெரிய முலை ஆகியவற்றுடன் வாழ்ந்து — சுவாசித்துக் கொண்டிருக்கும் முழுமையான பெண்ணைத் தீட்டிட விரும்பினேன்.

அவள் எனக்குப் பின்னே நெருங்கியிந்தாள். அவளின் சிரிப்பு முடிவுக்குவர, பேசத்தொடங்கினாள் கவனமாகக் கேட்டேன். பாடகரைப்போன்று வளமான ஏற்ற இறக்கங்களுடன்,துரிதமாயும் எழுச்சியுடனும் ஹங்கேரியைச்சாயலுடன் பேசினாள். என் புனைவுச் சித்தரத்திற்குள் இப்பேச்சைப் பொருத்திப்பார்ப்பது எனக்கு குதூகலமாயிருந்தது. அது அவளுக்கு கருங்கூந்தலையும் கருவிழிகளையும் அளித்தது; வலுமிக்க வெள்ளைப் பற்களுடன் சேர்ந்து, புலன்வேட்கை மிக்க வாய்; சிறிய, நேர்த்தியாகச் செதுக்கப்பட்ட மூக்கு; விரிந்த, உணர்வுக்கூர்மையான நாசித்துவாரங்கள். அவர்களின் இடக்கன்னத்தால் ஒரு தீற்றவைத் தந்தேன். அவள் நகைத்தபோது, ஒரு கையில் வைத்திருந்த சுள்ளியால் தன் குட்டைப் பாவாடையை தட்டிவிட்டாள். அவள் தொடர்ந்து பேசிவர, ஒவ்வொரு சொல்லும் என் புனைவுச் சித்திரத்தை புதிய விவரணத்தால் செழுமைபடுத்திற்று, அவள் சிறிய, கன்னிமையான முலைகள் கொண்டிருக்கவேண்டும்; வெண்ணிற இறகு பொருந்திய லேசான நிறத்திலான தொப்பியும் வைரப்பிடியுடன் சேர்ந்த அடர்பச்சை உடையும் அணிந்திருக்கவேண்டும். சித்திரம் எளிமையாகிவர, என்பின்னே புலப்படாதுள்ள இப்புதிரான பெண், என் கருவிழிகளில் பிரகாசமான பழைமமாயிருக்க வேண்டும். ஆனால் நான் திரும்ப போவதில்லை. ஆசையின் சில தந்திகள் என் காட்சியுடன் பின்னிப் பிணைந்திருந்தன. என் கண்களை மூடிக்காத்திருந்தேன். அவற்றைத் திறந்து அவளைப் பார்க்கத் திரும்பினால் நிஜம், என் புனைவை உறுதிப்படுத்தும் என்ற நிச்சயத்துடன்.

அக்கணத்தில் அவள் நடந்து வந்தாள். அனிச்சையாக என் கண்களைத் திறந்த நான், பெரிதும் எரிச்சலடைந்தேன். எல்லாம் தவறாயிருந்தது. என் புனைவுச் சித்திரத்திலிருந்து எல்லாம் வேறுபட்டு, விஷமத்துடன் வேறுபட்டிருந்தன. பச்சைக்குப் பதிலாக வெள்ளைக்கவுன் உடுத்தியிருந்தாள்; ஒல்லியாயிருக்கவில்லை, பெரிய இடுப்பும் மார்பும் கொண்டிருந்தாள்; நான் எதிர்பார்த்திருந்தது போல, அவள் கன்னத்தில் தீற்றல் இல்லை; தொப்பியிலிருந்து விரிந்து கிடந்த கூந்தல், கருமைக்குப் பதிலாக செம்பொன் நிறத்தில் இருந்தது. எந்த விவரணமும் சரியில்லை. அழகாகத்தான் இருந்தாள். ஆனால் எனது உளவியல் குறுகுறுப்பு பலிக்காததால் ஏமாற்றமாயிருந்தது. அவளது வசீகரத்தை அடையாளங்கண்டு கொண்டபோது, மீண்டும் உரக்கச்சிரித்தாள் — புலன்வேட்கை மிக்க எச்சரிப்பு அவளது ஆடம்பர ஆளுமையின் அம்சமாயிருந்தது. அவளைப் பற்றிய ஒவ்வொன்றும் ஆவேசமிக்கதாயும் சவால்மிக்கதாயும் இருந்தது; கச்சிதமான அவள் உருவம்; சிரித்தபோது முனைந்து நின்ற கன்னம்; ஊடுருவிப் பார்க்கும் பார்வை; மிடுக்கான மூக்கு; வெயிலை மறைக்க முற்படும் கை என, ஆதாரப் பெண்மையும் புராதன ஆற்றலும் திட்டமிட்ட சூன்யவித்தையும் சதையாக திரண்ட புலன்வேட்கையின் கலங்கரை விளக்கமும் இங்கிருந்தது. அவளருகே இருந்த எடுப்பான தோற்றத்தில் சற்று சோர்ந்து போயிருந்த ராணுவ அலுவலர் உரத்துப் பேசிக்கொண்டிருந்தார். அதனை கேட்டுக் கொண்டிருந்த அவள், புன்னகைத்தாள், சிரித்தாள், தகுந்த எதிர்வினைகள் ஆற்றினாள். இது வெறுமனே ஒரு துணை நாடகமே. துன் சூழலை ஆர்வத்துடன் மாந்திக் கொண்டிருந்ததுதான் பிரதானம். கடந்து செல்வோரின், குறிப்பாக ஆண்களின் கவனத்தையும் புன்னகைகளையும் ஈர்த்தாள். நிலை கொள்ளாத அவள் பார்வை நிலமெல்லாம் அலைந்து திரிந்தது — இருந்தும் தன் சகாவிடம் புன்னகையுடன் கவனித்தது — அலட்சியமும் கொண்டிருந்தது. அவளிடமிருந்து நான் மறைக்கப்பட்டிருந்ததால், அவள் விழிகள் என்மேல் படியவே இல்லை. நான் நெருங்கிச் சென்று, அவள் அமர, என் நாற்காலியைத் தந்தேன். வியப்புடன் என்னை நோக்கிய அவள் கண்கள் சிமிட்டின் அவள் உதடுகள் தாமாகவே தழுவிக்கொண்டிடும் புன்னகைக்கு உருக்கொடுத்தன. ரத்தினச் சுருக்கமாக நன்றி தெரிவித்தவள், அமரவில்லை. நாற்காலியின் பின்னே ஒரு கையை வைத்து, லேசாக முன்னே சாய்ந்து

இருந்தாள் — அவள் உருவம் சிறப்பாகத் தென்பட்டது.

பொய்யான என் எதிர்பார்ப்புகளால் கிட்டிய எரிச்சல் மறந்து போயிற்று. இப்பெண்ணுடன் ஆடிக்கொண்டிருந்த சிறு ஆட்டத்தையே எண்ணினேன். அவளைச் சுதந்திரமாக பார்த்துக்கொண்டிருக்கக் கூடிய இடத்திற்கு நகர்ந்தேன். என் நிலைகுத்திய பார்வையை உணர்ந்து கொண்டாள். ஓய்வொழிச்சலின்றி அவள் பார்வை ஒரு புள்ளியிலிருந்து இன்னொன்றிற்குச் சுற்றி வந்தது — எதுவும் கணப்பொழுதுக்கு மேல் அவள் கவனத்தை ஈர்க்கவில்லை. என்மீது பார்வை படிந்திருக்க, விசேடமான அர்த்தம் எதுவுடனும் அவள் புன்னகைத்தாளா? நிச்சயப்படுத்த முடியவில்லை — அச்சந்தேகம் எனக்கு எரிச்சல் தந்தது. இடைவேளைகளில் அவளது பார்வையின் கூரிய வெளிச்சம் என்னுடையதைச் சந்தித்ததும். அவளின் வெளிப்பாட்டில் வாக்குறுதி இருந்தது.; இருப்பினும் அவள் பேதமின்றி யாருடைய பார்வையினையும் இப்படியே சந்தித்தாள். அவள் சுற்றித்திரிந்திடும் பெண்ணா? சற்று நெருங்கிய நான், அவள் உருவத்தின் வெளிவரிக் கோடுகளை அளந்தறிந்தேன். என் பார்வையின் போக்கை பின்தொடர்ந்த அவள், எரிச்சலடையவில்லை. அவள் வாயோரங்களில் ஓர் புன்னகை அரும்பியதும், அது எனக்கான பதில் என்று நிச்சயப்படுத்தினேன்! அவள் ஆடையிலிருந்து எட்டிப் பார்த்த பாதத்தை நான் உற்றுப்பார்த்துக்கொண்டிருந்தபோது, முழங்கால் வரை பார்க்கமுடிந்தது. என்னுடன் விளையாடிக்கொண்டிருந்தாள் என்பது வெளிப்படை. அவளது தந்திரத்தின் துணிச்சலும் நுட்பமும் என்னிடம் பாராட்டினை ஏற்படுத்தியது. இருந்தபோதும் இவ்வுணர்வு பாவமற்ற திட்டமிட்ட புலனின்பம் என்னிடம் வெறுப்பை உண்டாக்கியது; என் புலன்கள் சலனம் கொண்டன. இன்னும் சற்று நெருங்கிய எனது விழிகள் அழகான மிருகமே, நீ வேண்டும் எனக்கு' என்று கூறுவதுபோல் இருந்தன. ஒருவித வெறுப்புடன் புன்னகைத்தவள், தலையைத்திருப்பியதும், காலினை ஆடையால் மறைத்துக்கொண்டாள். ஒருகணம் கழிந்தமாத்திரத்தில் அவள் கண்கள் மீண்டும் சுற்றிவந்தன. என் ஜோடியாயிருந்தாள்; என்னைப் போலவே கட்டாக இருந்தாள். ஆந்திய நெருப்புடன் விளையாடிக்கொணடிருந்தோம் நாங்கள் இருவரும் — பார்வைக்கு அது அது அழகாயிருந்தது. சலிப்பான நேரத்தை கழிக்கும் இனிய ஆட்டமாக இருந்தது.

அவளது வெளிப்பாட்டின் அந்நியத்தன்மை சட்டென்று மறைந்தது; அவளது கண்களின் பிரகாசம் மங்கியது. அவள் தொடர்ந்து புன்னகைத்துக்கெண்டிருந்தாலும், அவளின் வாயோரத்தில் எரிச்சலூட்டும் மடிப்பு தோன்றிற்று. உடைகளில் ஒழுங்கற்றிருந்த ஒருவன் அவளை நோக்கி விரைந்து வந்தான். பரபரப்பிலும் அவசரத்திலும் அவன் முகம் ஈரமாயிருந்தது. நடுக்கத்துடன் தன் கைகுட்டையால் துடைத்துக் கொண்டிருந்தான். தலை பெரிதும் வழுக்கையாயிருந்தது. அவன் கைகளில் பந்தயச்சீட்டுகள் ஒருகற்றையாக இருந்தன. பரபரப்பில் காணப்பட்டான். குதிரைப் பந்தயத்தின் பக்தனாயிருக்கவேண்டும். குதிரை வியாபாரியாயிருக்கக்கூடும். இப்பந்தயம் அவனது பரவசமாக உன்னதத்திற்கு மாற்றாக, இருக்கவேண்டும், அவனது மனைவி அவனிடம் எதையோ முனுமுனுத்தித்திருக்க வேண்டும் — அவன் தன் தொப்பியை சரிசெய்து, உற்சாகமாக சிரித்துவிட்டு, அவளின் தோளை தட்டிக்கொடுத்தான். அவள் கோபத்தில் புருவங்களைச் சுழித்தாள் — மற்றவர்கள் மத்தியில் அவனது வேடிக்கையான போக்கு அவனிடம் எரிச்சலை உண்டுபண்ணிற்று. ஒரு கணத்தில் தன் சமநிலைக்கு மீண்ட அவள், தன் கணவனின் தோளை அழுத்தியபடியே, ‘இங்கே பார், நான் அவருடையவள், உன்னுடையயவள் அல்ல’ என்று என்னிடம் கூறுவதுபோல பரிகாசத்துடன் பார்த்தாள். கோபம் கொண்டேன், அருவருத்தேன். இத்தகு மூடனின் மனைவியிடம் எனக்கு ஆர்வமேதுமில்லை என்று அவளுக்குச் சொல்வதுபோல, ஓடிவிடும் உந்துதல் எழுந்தது. இருந்தும் அவளது ஈர்ப்ப மிகவும் ஆற்றல் வாய்ந்திருந்ததால், நின்றிருந்தேன்.

இக்கணத்தில் தொடக்கத்திற்கான சமிக்ஞை. ஆரட்டையடித்துக்கொண்டிருந்த கூட்டத்தில் ஒரு பீடிப்பு. ஒவ்வொருவரும் விரைந்தனர். நான் அவளின் அருகே இருக்க விரும்பியதால், கட்டுப்படுத்திக்கொண்டேன். தீர்மானகரமான பார்வைப் பரிமாற்றத்திற்கோ, கையினைப் பற்றவோ, நெருங்கிவரவோ சந்தர்ப்பம் வாய்க்கும், எனவே அவளை நோக்கி நடந்தேன். அதே வேளையில் அவளது தடித்த கணவன் எதிர்த்திசையில் போய்க்கொண்டிருந்தான் — நல்லதொரு இடத்தைத்தேடி, அப்போது அவனின் தொப்பி தரையில் நழுவிற்று. அவன் கையில் கத்தையாக இருந்த பந்தயச்சீட்டுகள், சிவப்பு, நீலம், வெள்ளைப் பட்டாம்பூச்சிகளெனச் சிதறின.

என்னை அவன் உற்றுப் பார்க்கவும், மன்னிப்புக் கேட்க இருந்தேன். ஆனால் விஷமமிக்க ஆவியொன்று என்வாயை மூடிவிடவே, ஒரு வார்த்தை சொல்லாது, அவனைச் சீண்டுவது போல பார்த்தேன். சிறிதுநேரம் என் பார்வையை தாங்கிக்கொண்டான். ஆனால் சீக்கிரமே முகத்தைத் திருப்பிக்கொண்டு, சட்டென்று நினைவு வந்தவனாக, சிதறிய சீட்டுகளைப் பொறுக்கவும் தொப்பியை எடுக்கவும் குனிந்தான். நிகழ்ந்ததைக்கண்டு ஆத்திரமுற்ற அவன் மனைவி என்னை வெறுப்புடன் நோக்கினாள்; என் கன்னத்தில் அறைந்திட அவள் விரும்பியிருக்க வேண்டும் என்னும் ரகசிய சந்தோஷத்துடன் பார்த்தேன். சிதறிய சீட்டுகளை பொறுக்க அல்லாடிக் கொண்டிருந்த தடியனுக்கு உதவ மனமின்றி, அப்படியே நின்றிருந்தேன்; அவனது அபத்தமான தோற்றத்தைக் கண்டு மீண்டும் புன்னகைத்தேன். இப்போது வெளிறிப்போனாள்.

இந்த அடாவடித்தனமான பெண்ணின் அவமானத்தில் நான் வென்று கொண்டிருந்தேன்.

ஆனால் இவ்வேளையில் அம்முட்டாள் சிதறிக்கிடந்த சீட்டுகளையெல்லாம் மீட்டு விட்டதாக கற்பிதம் செய்து கொண்டான், ஒரு நீலச்சீட்டை விட்டு விட்டான், அது என் முன்னே கிடந்தது. அதனை விஷமத்துடன் என் பாதத்தால் மிதித்துக் கொண்டேன். அவன் என்ன தேடியும் கிட்டவில்லை. ஒன்று நழுவவிட்டது! அவனது மனைவியன் பொறுமையின்மையால் கட்டுப்படுத்த இயலாதிருந்தது.

திடீரென அவள் அவனை அழைத்தாள். விசில் சப்தம் கேடட குதிரைப் போல ஆரம்பித்தான். மீண்டும் தரையை நோட்டம் விட்டான். ஏன் பரிகாசத்தை அடக்கி வைக்க முடியவில்லை — அச்சீட்டு என் காலடியில். அவன் மனைவியிடம் திரும்ப, அவர்கள் கொந்தளிப்பான கூட்டத்தில் சேர்ந்து கொண்டனர்.

அவர்களைப் பின்தொடரும் எண்ணமின்றி அங்கேயே நின்றேன். என்னைப் பொறுத்தவரை, அது முடிந்து போன விஷயமாகியது. காமரீதியிலான பதற்றத்தின் இடத்தில் இணக்கமிக்க தூய உணர்வு இருந்தது. எனது பரபரப்பு கடந்து போயிருந்தது — எனது துரிதகதியிலான விஷமம் வெளிப்பட்டதும், ஆரோக்கியமான ஒரு திருப்தியை தாண்டி ஏதும் இருக்கவில்லை — எனது தந்திரம் பலித்து,

அகங்காரத்தின் திருப்தியைத் தாண்டி ஏதும் இருக்கவில்லை. என் முன்னே திரண்டிருந்த பார்வையாளர்கள் பரபரப்பில் காணப்பட்டனர். பந்தயங்களில் ஆர்வமிழந்து போயிருந்த எனக்கு அதைக் காண ஆர்வமில்லை. வீட்டுக்குப் போய்விட எண்ணியதும், மறந்து போயிருந்த சீட்டை எடுத்தேன். அதனைத் அத்தடியனிடம் ஒப்படைத்தால் அவனது மனைவியின் பரிச்சயத்தைப் பெறும் வாய்ப்பு கிடைக்ககலாம். ஆனால் இச்சாகசத்தின் கனல் அணையவும் அவள் எனக்கு ஆர்வமில்லாதவளானதை உணர்ந்தேன் — வழக்கமான அலட்சிய சுபாவம் வந்து விட்டது.

கைவிடப்பட்டிருந்த நாற்காலியில் அமர்ந்து சிகரெட் பற்ற வைத்தேன். வேட்கையின் சிறு பிழம்பு மினுக்கிட்டது. மீண்டும் சஞ்சலப்பட்டேன்: பழைய அனுபவங்களை புதுப்பித்ததால் வசீகரம் வரவில்லை. புகை வளையங்களை கவனித்தவாறு, இரண்டு மாதங்களுக்கு முன் மேரானில் அருவியைப் பார்த்த வண்ணம் நான் மேற்கொண்ட நடைபயிற்சியை எண்ணிப் பார்த்தேன். மேரானிலும் இருந்த அமளி என்னைப் பாதிக்கவில்லை — நீலத்தீற்றலுடைய நிலவியல் காட்சியின் நிசப்தத்தின் குறுக்கே அர்த்தமற்ற அவ்வமளி கடந்து போனது. மனிதக்கூட்டத்தின் கருப்பலை மீது குடைகள், தொப்பிகள், கைக்குட்டைகளின் நுரைக்குமிழிகள் எழுந்தன. கூட்டத்தினரின் குரல்கள் தனியொரு குரலாகத் திரும்பவும் திரண்டன. ஆயிரக்கணக்கான, குரல்களிடையே ‘கிரெஸ்ஸி! கிரெஸ்ஸி! கிரெஸ்ஸி! என்னும் பெயரைக் கேட்டேன். வயலின் தந்தி அறுந்தது போல அக்குரல் சட்டென நின்றது. வாத்தியக்குழு இசைக்க தொடங்கியதும் கூட்டம் மீண்டும் குழுக்களாகப் பிரிந்தது, முக்கிய குதிரைகளின் இலக்கங்கள் காட்சிப் பலகையில் பளிச்சிட்டன. அரைகுறையாக அவற்றைக் கண்டேன். வெற்றிப்பெற்ற இலக்கம் ஏழு. யந்திரகதியில் என்கையிலிருந்த சீட்டைப் பார்த்தேன். அதிலும் இலக்கம் ஏழு.

என்னால் சிரிக்காமல் இருக்கஇயலவில்லை, எனது சினம், கொழுத்த கணவரிடமிருந்து அவன் பணத்தை கொள்ளையடித்திருந்தது. விஷம உணர்வு மீண்டது. எனது பொறாமையுணர்வால் அவனுக்கு எவ்வளவு இழப்பு ஏற்பட்டிருக்கும்! முதல்முறையாக பந்தயச்சீட்டை உற்றுப்பார்த்தேன். அது இருபது கிரவ்னுகளுக்கானது.

தோற்றிருந்தால் ஏகப்பட்ட பணம் போயிருக்கும். ஆர்வத்தின் அவசத்தைப்பின்தொடர்ந்து, கூட்டத்தினருடன் சேர்ந்து பணம் வாங்கும் மேசைக்கு விரைந்தேன். வரிசையில் நின்றேன். என்முறை வந்ததும் என்னிடம் 20 கிரவுன் தாள்கள் திணிக்கப்பட்டன. அப்போது சிரிப்பு என் தொண்டையில் அடைபட்டது. தரும சங்கடத்தை உணர்ந்த நான், இன்னொருவரின் பணத்தை தொடக்கூடாது என்று கணநேரம் கையை விலக்கினேன். உண்மையில் அவ்வங்கித்தாள்களை அங்கேயே விட்டுவந்திருக்கவேண்டும். ஆனால் என் பின்னே தம் ஆதாயங்களைப்பெற இருந்தோர் ஆவலுடன் காணப்பட்டனர். வேண்டாவெறுப்புடன் எடுத்துக்கொள்வது தவிர்த்து வேறென்ன செய்ய முடியும் நான்? அவை நீலப்பிழம்புகளென என் விரல்களைப் பொசுக்குவதுபோல் தோன்றின, அவற்றைப் பற்றியருந்த கையினை நான் உதறியிருக்கவேண்டும், எனது அவமான நிலையை சட்டென்று உணர்ந்துகொண்டேன். கௌரவமானவன், கனவான், அலுவலர் என்னும் என்நிலைக்கு அது பொருந்தாதது. என் கையிலிருந்தது வெறுமனே புதையவல்ல; மோசடியால் பெறப்பட்டது, திருடப்பட்டது.

பணம் பெற்றுச் செல்வோரின் அமளி என்னைச் சுற்றிலும். விரும்பாத பணத்துடன் அசைவின்றி நின்றேன். வேறென்ன சிறப்பாக செய்திருக்கமுடியும்? உண்மையான வெற்றியாளரைக் கண்டறிந்து மன்னிப்புக்கேட்டு, பணத்தை ஒப்படைப்பதே முதலாவதாயும் இயல்பானதாயும் நான் செய்யவேண்டியது. இதனை எப்படி செய்வது? எல்லாவற்றுக்கும் மேலாக, மனைவியின் சகாவான அலுவலரின் பார்வையில் இதனைச் செய்ய சாத்தியமில்லை, அது விவகாரமாகி, எனது லெஃப்டினண்ட் வேலைக்கே உலைவைத்துவிடும்; பந்தயச்சீட்டு சந்தர்ப்பவசமாக எனக்குக் கிடைத்திருந்தாலும், அதனை பணமாக்கி வைத்திருப்பது கண்ணியமான செயலில்லை. எனது அடுத்த எண்ணம், அத்தாள்களைச் சுருட்டி எறிந்துவிடுவது ஆனால் இத்தகு கூட்டத்தினிடையே அப்படிச் செய்வது சந்தேகத்தை ஏற்படுத்திவிடும். எனினும் அதனை வைத்திருப்பது பற்றி என்னால் கற்பிதம் செய்ய இயலவில்லை; அல்லது பொருத்தமானவரிடம் தரும்வரை என் பர்சிஸில் வைத்திருக்க முடியவில்லை. குழந்தைப் பருவத்திலிருந்தே பணவிஷயங்களில் ஒரு கூருணர்வை வைத்துக்கொண்டிருந்தேன் என்பதால், அப்பணம் என்னிடமிருந்த அழுக்குச்சட்டையைப்

போட்டிருப்பது போலிருந்தது. எப்படியோ துரிதமாக அவற்றிடமிருந்து விடுபடவேண்டும். மறைவிடத்தை தேடினேன் அப்போது ஒரு புதுவரிசை உருவாகி இருந்தது. இப்போது அவர்கள் கைகளில் பந்தயச் சீட்டுகளுக்குப்பதிலாக கற்றை நோட்டுகள், இதுதான என் சிக்கல் தீர வழி! மீண்டும் சந்தர்ப்பத்தை சோதித்துப் பார்க்கலாம்; அதுதான் விடுதலைப்பாதை.

எந்தக் குதிரையின் பெயரும் தெரியாத நான், அவர்களின் பேச்சை கவனித்தேன். ‘ரவாசல் மீது பந்தயம் கட்டுகிறாயா?’ என்ற கேள்விக்கு’ஆம்’ என்று பதில். ‘டெட்டிக்கு வாய்ப்பில்லையா?’ என்ற குரலுக்கு எதிர்மறையான பதில். அப்படியானால் டெட்டி வெல்லாது என்று முடிவுசெய்து, பணம் கட்டினேன். என் பணத்திற்கு 9 சிவப்பு — வெள்ளை சீட்டுகள், இவையும் என்னால் ஏற்க முடியாதவையே ஆனால் ரூபாய் நோட்டுகளைப்போல விரல்களைப் பொசுக்கவில்லை.

பெருமூச்சுவிட்டு, பணத்திலிருந்து விடுபட்டதாக உணர்ந்து, என் சாகசத்தின் உவக்காத விளைவுகளை உதறிவிட்டேன். அவ்விஷயம் ஆரம்பத்தில் இருந்தது போல தமாஷாகிவிட்டது. என் நாற்காலிக்குத் திரும்பி, இன்னொரு சிகரெட் பற்றவைத்து, திருப்தியுடன் புகைவளையங்களை ஊதித்தள்ளினேன். ஆனால் அக்கணம் நீடிக்கவில்லை. அமைதியிழந்து எழுந்து நடக்கலானேன், மீண்டும் அமர்ந்தேன். இணக்கமான பகல்கனவுகள் தீர்ந்துவிட்டிருந்தன. ஒருவித நடுக்கம் கொண்டேன். அத்தம்பதியரைப் புதிதாகச் சந்திக்க நேரும் பயமாக அது இருக்கக்கூடும். ஆனால் இப்புதிய சீட்டுகளை தம்முடையவை என எப்படி அவர்கள் கற்பிதம் செய்யமுடியும்? என்னைச் சஞ்சலம் கொள்ளச்செய்தது கூட்டத்தின் அமைதியின்மையும் அல்ல. ஒவ்வொரு பந்தயத் தொடக்கத்திலும் ஏற்றப்படும் கொடியை எதிர்பார்த்தேன். நிச்சயமாகப் பொறுமை இழந்திருந்தேன். அப்போது அங்குவந்த விளையாட்டுப் பிரசுரங்களில் ஒன்றை வாங்கிப்பார்த்தேன். டெட்டியின் சவாரியாளர், உரிமையாளர் பெயர்கள் மற்றும் நிறங்கள் சிவப்பு — வெள்ளை என்று காணப்பட்டன. இவ்விவரணங்கள் ஏன் என் ஆர்வத்தைத் தூண்டவேண்டும்? அப்பிரசுரத்தை கசக்கிப் போட்டு விட்டு, மீண்டும் அமர்ந்தேன். சஞ்சலம், இப்பந்தயம் தொடங்கவே போவதில்லையா?

ஒருவழியாக மணிச் சப்தம் கேட்டது. கூட்டம் விரைந்தது. தூக்கத்திலிருந்து ஒருவனை எழுப்பிடும் எச்சரிக்கை மணிபோலிருந்தது. என் பந்தயச்சீட்டுகளை இறுகப்பற்றியபடி கூட்டத்தில் நுழைந்தேன். மிகத்தாமதித்து விடுவேனோ, மிகவும் முக்கியமானதை நழுவவிட்டுவிடுவேனோ என்னும் பீதியில் இருந்தேன். முண்டியடித்துச்சென்று,ஒரு பெண் அமர இருந்த நாற்காலியை எடுத்துக்கொண்டேன். எனக்குப் பரிச்சயமானவள், சீமாட்டியே; அவளது ஆவேசப்பார்வை என் மோசமான தன்மைகளையும் வெறியினையும் உணரச்செய்தது. ஆனால் ஒருவித அவமானமும் அலட்சியமும் சேர்ந்து அவளைப் புறக்கணித்துவிட்டு, பந்தயத்தைக் கவனிக்க அந்நாற்காலிக்கு தாவினேன்.

பந்தயக்குதிரைகளை என்னால் பிரித்தறிய இயலவில்லை. இப்போது இரண்டாவது மணி அடித்தது; ஒற்றை வில்லிலிருந்து ஏழு நிற அம்புகள் விரைந்ததுபோல, குதிரைகள் பந்தயத்தடத்தில் விரைந்தன. அழகியல் உணர்வுடன் கவனிப்போருக்கு அது ஆச்சரியகரமான காடசியாக இருந்திருக்கும்: எனது நோக்கமோ எனது குதிரையினையும் அதன் சவாரியாளனையும் கண்டறிய வேண்டும் என்பதாயிருந்தது; என் கண்ணாடியை எடுத்து வராததிற்காக என்னை நானே சபித்துக்கொண்டேன். கடுமையான போட்டி நிலவிற்று. மூன்றல்லது நான்கு குதிரைகள் இன்னும் ஒரு கொத்தாக இருந்தன — இப்போது ஒன்றும் பிறகு வேறொன்றுமாக தலைகளை நீட்டிக்கொண்டிருந்தன.

என்னைச் சுற்றியிருந்தோரின் பரபரப்பு இன்னும் அதிகரித்தது. எனக்கு நெருக்கமாயிருந்த ஒருவர் ஆவேசத்துடன் கைகளை ஆட்டிக்கொண்டிருந்தார் — ரவோசல்! ரவோசல்! முன்னேறிச்செல்லும் குதிரையின் வண்ணம் நீலம். நான் பந்தயம் கட்டிய குதிரை முன்னணியில் இல்லாதது கண்டு கோபம். அந்நபர் மீண்டும் மீண்டும் ரவோசல்! ரவோசல் ! என்று கத்திக் கொண்டிருந்தது என்னைப் புண்படுத்திற்று. ஆத்திரமுற்றேன். நடுங்கினேன். கேடாக எதையும் செய்துவிடும் போக்கு என்னிடம் கணத்திற்கு கணம் கூடிவந்தது. ஆனால் இன்னொரு குதிரை அதனுடன் போட்டியிட்டுக்கொண்டிருந்தது. அது டெட்டியாக இருக்கக்கூடும். அது நம்பிக்கையளித்தது. சவாரியாளனின் தோளைப் பார்த்து அது சிவப்பென்று கற்பிதம் செய்து கொண்டேன். சிவப்பாயிருக்க வேண்டும்; சிவப்பாய்

இருக்கவேண்டும்! 'ரவோசல்! வரக்கூடாது! டெட்டிதான் வரவேண்டும்! டெட்டி! சீக்கிரம் போ! டெட்டி!'

என் வேட்கையினிடையே திடுக்கிட்டுப் போனேன். கணநேரம் அவமான உணர்வு என்னைப் பீடித்தது. இருகுதிரைகளும் அடுத்தடுத்து முன்னேறிக் கொண்டிருந்ததால் என் கண்களை விலக்கமுடியவில்லை, டெட்டிதான் முன்னேறும். இப்போது எங்கு பார்த்தாலும் டெட்டி! டெட்டி ஆரவாரம். உண்மையில் அங்குலம் அங்குலமாக டெட்டி முன்னேறிக்கொண்டிருந்தது. அப்போது மணியோசை — கொண்டாட்டம், விரக்தி, சீற்றத்தின் அமளி. கணப்பொழுதுக்கு, ஏக்கம் கொண்டிருந்த பெயர் விண்ணப்பத்தை நிரப்பியதாகத் தோன்றிற்று. அமளி அடங்கியதும், வாத்திய இசை.

நாற்காலியிலிருந்து எழுந்த எனக்கு வியர்த்துக்கொட்டிற்று. இன்னும் சிறிதுநேரம் நான் அமர்ந்திருக்க வேண்டியிருந்தது. முன்னெப்போதும் அனுபவித்திராத பரவசம்; என் சவாலுக்கு ஊழ்வினை அளித்திருந்த பதிலில் முட்டாள்தனமாக ஆனந்தம். அக்குதிரை வெல்லவேண்டும் என நான் ஆசைப்படவில்லை, பணத்தை இழப்பதே என் நோக்கமாயிருந்தது, என வீணாக என்னிடம் சொல்லிக்கொண்டிருந்தேன்; அதில் நான் நம்பிக்கை வைக்கவில்லை. என் வெற்றியின் பருண்மையான விவரங்களை அறிய விரும்பினேன். கண்கூடாக பணத்தை நான் பார்க்கவேண்டும் — என் விரல்களுக்கு நடுவே நீலநிற வங்கிநோட்டுகள் புரள வேண்டும் ஏராளமாக புதிரான அந்நியமான கேடான வெறி என்னைப் பீடித்திருந்தது — அதில் சரணடைவது குறித்து என்னிடம் அவமான உணர்வு இல்லாது போனது பணம் பெறுமிடத்திற்கு விரைந்தேன். கூட்டத்தினருடன் முண்டியடித்து நின்றேன்.

640 கிரவுன்கள் கிடைத்தது. எனக்குத் தோன்றிய முதல் எண்ணம், என் வெற்றியை மீண்டும் முயன்று பார்ப்பது, அவற்றை ஏராளமாகப் பெருக்குவது, விளையாட்டுப் பிரசுரங்கள் எங்கே? அவற்றை தூக்கி எறிந்திருந்தேன்! இன்னொன்றை வாங்க முற்பட்டபோது, எல்லாரும் வெளியேறிக்கொண்டிருந்தனர், பணம் தரும் பிரிவுகள் மூடப்பட்டன, கொடிகள் பறக்கவிடப்பட்டுக்கொண்டிருந்தன — எனக்கு அதிர்ச்சியாயிருந்தது. அன்றைய பந்தயம்

முடிந்தது. ஒரிரு கணங்கள் கெட்டி தட்டிப்போனேன். அப்போது அநீதியால் தூண்டப்பட்ட கடுங்கோபம் எழுந்தது. என் நரம்புகளெல்லாம் புடைத்துக் கொண்டிருக்க, பல ஆண்டுகளில் நான் அறிந்திடாத எழுச்சியுடன் குருதி என் நாளங்களில் விரைந்து கொண்டிருக்க, ஆட்டம் முடிவுற்றது சரியாகத்தோன்றவில்லை. நான் தவறு செய்திருந்தேன் என்று நம்பி என்னை நானே ஏமாற்ற முடியாது ஏனெனில் கூட்டம் குறைந்து கொண்டு வந்தது, சுற்றித் திரிந்த சிலரின் மத்தியில் மிதிபட்டிருந்த புல்தரை புலப்படக்கூடியதாயிருந்தது. பதற்றமிக்க என் எதிர்பார்ப்பின் ஆபத்தத்தை உணர்ந்து, நானும் வெளியேறும் வழியை நெருங்கினேன். எனது கார் ஓட்டுனரிடம் பிரதான சாலையில் மெல்லப் போகுமாறு கூறினேன். என் பரபரப்பு தணிந்து வந்தது, அதனிடத்தே சோர்வு வந்தது. ஒட்டுமொத்த காட்சியையும் என் சிந்தனைகளில் ஒத்திகை பார்க்க விரும்பினேன்.

அத்தருணத்தில் இன்னொரு கார் விரைந்து வந்தது. அதில் அப்பெண்ணும் தடிமனான அவள் கணவனும் இருந்தனர். அவர்கள் என்னைக் கவனிக்கவில்லை. ஆனால் அவர்களது அண்மை என்னைத் தொந்தரவுபடுத்தியது.

நடந்ததை பரிசீலித்தேன். என் நடவடிக்கைகளைப் புரிந்துகொள்வது சாத்தியமற்றதாக இருந்தது. ஓர் அலுவலரும் கனவானுமாகிய நான் எப்படி இத்தகைய காரியத்தைச் செய்தேன்? தேவையெதுவுமின்றி இன்னொருவரின் பணத்தை அபகரித்திருந்தேன்., அதுவும் துடிப்புடன் செய்திருந்தேன்; — அது மன்னிக்க முடியாததாய் தெரிந்தது. ஒரு மணி நேரத்திற்கு முன்வரை நல்லவடிவின் எல்லைகளை ஒருபோதும் மீறியிராத நான், உண்மையில் திருடனாக இருந்தேன். என்னை மிரட்டிக் கொள்ளும் ஆசையில், 'திருடன்! திருடன்! திருடன்! என குதிரையின் குளம்படிச் சந்தத்திற்கேற்ப முணுமுணுத்தேன்.

இப்போதைய என் நிலைமை விளக்க முடியாததாய், திகைப்பூட்டுவதாய் இருந்தபோதும், அதுகுறித்த என் ஞாபகம் மிகத்துல்லியமாயிருந்ததில் எனக்கு திருப்தியே. அக்குறுகிய காலத்தின் போதான எனது உணர்வின் ஒவ்வொரு தருணமும் எனது சிந்தனையின் ஒவ்வொரு துடிப்பும் அதீத தெளிவுடன் என்னிடம் திரும்புகின்றன. எனது 35 ஆண்டு கால வாழ்வில்

வேறெந்த நிகழ்வும் அவ்வளவு தெளிவாக இல்லை. எனினும் என் உணர்வோட்டங்களின் அபத்தமான வரிசையை, கேடான விளையாட்டை பதிவு செய்திடத் துணியவில்லை. கற்பனை மிகுந்த எந்த எழுத்தாளராலுமோ எந்த உளவியலாளராலுமோ அவற்றை தர்க்க ஒழுங்கில் விவரித்திட இயலுமா என்றெனக்குத் தெரியவில்லை. என்னால் செய்யக் கூடியதெல்லாம், நடந்ததை உண்மையாக உருவரை செய்வதே.

'திருடன்! திருடன்! திருடன்! என எனக்குள் முணுமுணுத்துக் கொண்டிருந்தேன். அப்புறம் ஓர் இடைவெளி — அதில் எதுவும் நிகழவில்லை. வெறுமனே உட்புறமாக கவனித்துக்கொண்டிருந்தேன். எனக்கெதிராகக் குற்றஞ்சாட்டி இருந்தேன், இப்போது குற்றஞ்சாட்டிற்குப் பதிலளிக்க வேண்டிய நேரம். எனவே கவனித்தேன், எதுவும் நிகழவில்லை. 'திருடன்' என்னும் பெயர், விளாசிய சவுக்குபோல என்னை மிரட்டும் அவமானத்தால் என்னை திக்குமுக்காட வைக்கும் என எதிர்பார்த்திருந்தேன்; ஆனால் அத்தகைய எதிர்வினை இல்லை. சில நிமிடங்கள் பொறுமையுடன் காத்திருந்தேன். கடுமையான குற்றச்சாட்டினப் பின்தொடரும் எதிரொலிக்காக, அவருப்பின் அலறலுக்காக, ஆத்திரத்திற்காக, விரக்திக்காக நடுக்;கத்துடன் காத்திருந்தேன். பதிலே இல்லை! மீண்டும் 'திருடன், திருடன்' என எனக்குள் கூறினேன், இப்போது உரத்துக் கூறினேன் — கேட்கின்ற தாக தோன்றாத மனச்சாட்சியை உலுக்கிவிடும் நம்பிக்கையில், இன்னும் பதிலில்லை, ஆனால் திடீரென விழப்புணர்வின் மின்வெட்டில், அவமானமுறுவதற்கே முற்பட்டேன் என உணர்ந்து கொண்டேன், அப்படிச் சிறிதும் அவமானமுறவில்லை; என் பைத்தியகாரச் செயலால், என் இருப்பின் ரகசிய உள்மடிப்புகளில் எங்கோ பெருமிதமடைந்தேன், மகிழ்ச்சியடைந்தேன்.

இது எப்படி இருக்கமுடியும்? இப்போது நான் நேர்மறையாக என்னைக் குறித்து அஞ்சினேன், எதிர்பாராத உணர்வைப் போக்கிட முற்பட்டேன். ஆனால் நான் விவரிக்க முற்பட்ட உணர்வு தடுக்கமுடியாததாக இருந்தது. அவமானமில்லை, ஆத்திரமில்லை, சுயவெறுப்பில்லை. வலுவான இவ்வுணர்வோட்டம் ஆனந்தமாக, போதையேற்றம் சந்தோஷமாக இருந்தது. ஏனெனில் பல ஆண்டுகளுக்குப்பிறகு, முதல்முறையாக சில நிமிடங்களுக்கு நான் மீண்டும் உண்மையாக

உயிர்த்திருந்ததாக உணர்ந்ததால் அது என்னில் சுடர்ந்தெழுந்தது. என் உணர்வோட்டங்கள் வெறுமனே முடக்கப்பட்டிருந்தனவே தவிர மடிந்துவிடவில்லை என்பதில் ஆனந்தமடைந்தேன். என் அலட்சியத்தின் மிருதுவான மேற்பரப்புக்கு கீழே எங்கோ, எரிமலை வேட்கை இன்னும் குமுறிக் கொண்டிருக்க வேண்டும்; இப்பிற்பகலில் சந்தர்ப்பத்தின் மந்திரகோலால் தீண்டப்பட்ட எரிமலை வெடித்திருந்தது. என்னிடம், என்னிடமும் கூட, என் பெயரிலான வாழும் பிரபஞ்சத்தின் இச்சிறு துண்டில், தோன்றி மறைந்திடும் நம் வாழ்வின் மர்மமானதும் சாராம்சமானதுமான கனல் இன்னும் பிரகாசித்தது — அது ஆசையின் எழுச்சிமிக்க துடிப்புகளில் அவ்வப்போது முறிந்துபோகிறது — நானும் வாழ்ந்தேன், உயிரோடிருந்தேன், தீங்கும் தீவிர மோகங்களும் சேர்ந்த மனிதனாயிருந்தேன்.

இவ்வேட்கையின் புயலால் ஒரு கதவு திறக்கப்பட்டிருந்தது; ஓர் அதலபாதாளம் என்னில் பிளந்திருக்க, பீதியும் ஆனந்தமும் சேர்ந்த உணர்வுடன் அறியபடா ஆழத்திற்குள் நோக்கினேன். படிப்படியாக, வாடகைக்கார், மயக்கமுற்ற என் உடலை மரியாதைமிகு இடத்தினூடே எடுத்துச்செல்ல, எனக்குள்ளேயான மனிதனுக்குள் படிப்படியாக இறங்கினேன் — புதிதாய கிளர்நதெழுந்த என் மனச்சாட்சியின் பிழம்பினால் என் வழியில் வெளிச்சம் வீச, இந்நிசப்த இறக்கத்தில் நம்பமுடியாதபடி தனித்திருந்தேன். நீண்டகாலம் நான் தொலைத்துவிட்டிருந்த மனித உயிரியை என்னுள்ளே நான் தேடிக்கொண்டிருக்க, என்னைச் சுற்றிலும் ஆயிரக்கணக்கானோர் சிரித்தும் அரட்டை அடித்துக்கொண்டும் கடந்துசென்ற ஆண்டுகள், பிரதிபலிப்பின் மந்திரப்போக்கில் இருந்தன.

என் மனதின் நூலாம்படை படிந்த அடுக்குகளிலிருந்து நீண்டகாலமாக புதையுண்டிருந்த ஞாபகங்கள் எழுந்தன. எனது பள்ளிநாட்களில், இன்னொருவனின் சிறு கத்தியை திருடியிருந்தேன், அவனோ எங்கெல்லாமோ தேடிவிட்டு, தன் சகாக்களிடமெல்லாம் வீணே விசாரித்துக்கொண்டிருந்தபோது, இப்பிற்பகலில் உணர்நத விஷமமான குதூகலத்தால் உற்சாகமாயிருந்தது நினைவுக்கு வந்தது. இப்போது ஒரு வழியாக, என் காதல் அனுபவங்களில் சிலவற்றின் விசித்திரமான தீவிரத்தை புரிந்துகொள்ள முடிந்தது; என் வேட்கை திருகப்படடிருந்ததேயொழிய, முழுமையாக,

சமூக மயக்கத்தால், பிரபுக்களின் மேலாதிக்க லட்சியத்தால் அடக்கிவைக்கப்பட்டிருக்கவில்லை எனப் புரிந்து கொள்ள முடிந்தது. மற்றவர்களிடம் போன்றே, எனக்குள் ஆழமாக மறைந்ததாக, வாழ்வின் சூடான நீரோட்டம் எப்போதும் ஓடிக்கொண்டிருந்தது. ஆனால் அடக்கி வைக்கப்பட்டீரந்த ஆற்றல் இப்போது கட்டவிழ்ந்து பாய்ந்தது; சொல்ல முடியாத ஆற்றல் சேர்ந்த வாழ்வு என்னைத் தாங்கிச்சென்றது. நான் இன்னும் உயிரோடு இருந்ததை அறிந்தேன். தன்னுள்ளே துடிக்கும் குழந்தையை முதலில் உணருகின்ற பெண்ணின் ஆனந்தமயமான குழப்பத்துடன், எனக்குள்ளே வாழ்வு துளிர்க்கின்ற யதார்த்தத்தை, ஆடசேபிக்க முடியாத உண்மையை கண்டுகொண்டேன். மங்கியும் மடிந்தும் கொண்டிருந்தவனான நான், புதியதாய் மலர்ந்து கொண்டிருந்தேன்; என் தமனிகளினூடே செங்குருதி பாய்ந்து செல்வதை உணர்தேன், இப்புதிய பூக்களிலிருந்து இனிப்பதும் கரிப்பதுமான அறியப்படாத கனிகள் விளையும் என உணர்ந்தேன் ‘ டான்ஹாஸரின்கோல் முளைத்திடும் அதிசயம் என்னுள்ளே நிகழந்தது — ஆயிரக்கணக்கிலான சோம்பேறிகளின் அமளிகளுக்கிடையே குதிரைப் பந்தய மைதானத்தில் மீண்டும் உணர்வு கொள்ளத் தொடங்கினேன். வற்றியுலர்ந்த கோல், மொட்டுகள் விட்டு முளைத்துக் கொண்டிருந்தது.

சென்றுகொண்டிருந்த வண்டியிலிருந்து ஒருவன் என்பெயரை அழைத்து என்னைக் கூப்பிட்டுக்கொண்டிருந்தான் — முதலில் அதைக் கவனிக்காது இருந்துவிட்டேன். ஆழமான பகல் கனவிலிருந்து உசுபப்பட்டதற்காக ஆத்திரமுற்றேன். அது என் பள்ளி நாட்களின் சகாவும் இப்போது அரசு வழக்குரைஞருமான அல்ஃபோன்ஸ் என்று பார்த்ததும் சுயநினைவு பெற்றேன். அப்போது என் மனதில் ஓடிய எண்ணம்.

‘உன்னை பாசத்துடன் அழைத்திடும் இவர் இப்போது உன்மீது அதிகாரம் கொண்டுள்ளார் நீ செய்துள்ளதை அவர் அறிந்துவிட்டால், அவர் தயவில் இருக்கவேண்டி வரும். இவ்வண்டியிலிருந்து உன்னை இறக்கி, உன் வசதியான வாழ்நாளிலிருந்து நர்ர் நாராக கிழித்து, பல ஆண்டுகள் சிறையிலடைக்க முடியும் — தேவை காரணமாக சிறைப்பட்ட அயோக்கியர்களுடன் சேர்ந்து அங்கு இருக்கநேரும்’.

இது கணநேர சஞ்சலமே தவிர வேறொன்றுமில்லை. இது உடனே தீவிர உணர்வோட்டமாக, அதியற்புத ஆணவப்பெருமிதமாக உருக்கொண்டது; என் பார்வைப் பரப்புக்குள்வரும் மக்களை அநேகமாக வெறுப்புடன் ரசிக்கச் செய்தது: ‘உன்னுடையவர்களுள் ஒருவனாக நட்பார்ந்த புன்னகையுடன் என்னை அழைத்த நீ மட்டும் அறிந்திருந்தால், உன் உதட்டளவிலேயே உறைந்து போயிருப்பாய், நேராகவே உத்தரவை பெற்றுத்தந்திருப்பாய் வெறுப்புடன். ஆனால் நான் முன்னரே உன்னுடன் இருந்துள்ளேன். மாபெரும் இயந்திரத்தின் ஆரவாரமின்றி ஓடும் சக்கரங்களுள் ஒன்றாக, சோம்பேறியான சக்கரங்களுள் ஒன்றாக நானிருந்த, இறுக்கமான, உணர்வு பாவமற்ற உலகிலிருந்து இன்று பிற்பகலில் பிரிந்துவிட்டேன். அறியப்படாத அதலபாதாளத்திற்குள் இறங்கியுள்ளேன். இந்த ஒருமணி நேரத்தில், உன் வட்டத்திற்குள்ளிருந்த பாதுகாப்பான ஆண்டுகளை விடவும், மிக முழுமையாய் வாழ்ந்துள்ளேன். நான் இனிமேலும் உன்னைச் சேர்ந்தவனில்லை. உன் வட்டாரத்தினரில் ஒருவனில்லை; நான் உச்சங்களில் இருக்கலாம் அல்லது பள்ளங்களில் இருக்கலாம், ஆனால் உனது அற்ப சந்தோஷத்தின் அடியாழங்களுக்குத் திரும்பவேமாட்டேன். முதல்முறையாக, நன்மையிலும் தீமையிலும் ஒருவன் உணரக்கூடிய திகிலையெல்லாம் உணர்நதுள்ளேன்; ஆனால் நான் எங்கிருந்திருக்கிறேன் என்பது உனக்குத் தெரியவே தெரியாது, என்னைப் புரிந்து கொள்ளமாட்டாய். என் மர்மத்திலிருந்து இருதயத்தைப்பற்றி எறிய உன்னால் ஆகாது!.

தனது ரகத்தினருடன் வாழ்த்துக்களை அமைதியாக பரிமாறிக்கொண்டு வெளிப்பார்வைக்கு ஒரு நவீன மனிதனாக நான் இவ்விதம் வண்டியில் சென்று கொண்டிருந்தபோது நான் உணர்ந்ததையெல்லாம் எப்படி விவரிப்பேன்! எனது முட்டைப்பழு பருவத்தில், மானுடச்சாயலைக் கொண்டிருந்து ஒருகாலத்துப் பரிச்சயங்களை அடையாளங்காணக்கூடியதாயிருந்தது — எனக்குள்ளே அப்படி போதையேற்றும் இசை எழுந்து கொண்டிருக்க, என்மீது கடிவாளத்தை இறுக்கிப் பிடிக்க வேண்டியதாயிருந்தது இல்லாதுபோனால் என் பரவசத்தில் கூச்சலிட்டு விடுவேன். அவ்வளவு உணர்வெழுச்சி இருந்ததால், ஒருவித சஞ்சலம் உண்டானது. மூச்சுத் திணறுகின்ற ஒருவரைப்போல, என் இருதயத்தின் மீது கையால் அழுத்தி, அதன் வேதனை மீது

அறிந்திராத யுவதியிடமிருந்து கடிதம் 131

துடிப்பினை உணர்ந்தேன். ஆனால் வலி, இன்பம், எச்சரிக்கை, அருவருப்பு அல்லது கவலை என்பன தனித்த, தொடர்பற்ற உணர்வுகளல்ல. அவை ஒருங்கிணைந்து சேர்ந்தவை, ஆதலின் என் உணர்வுகளின் ஒட்டுமொத்தம் என்பது நான் வாழ்ந்தேன், சுவாசித்தேன் மற்றும் உணர்ந்தேன். அது மிகவும் எளிதான, புராதனமான உணர்வாக, பல காலங்களில் நான் அனுபவித்திராததாக இருந்து, ஒயினைப் போல தலைக்கு விரைந்தது. எனது 35 ஆண்டுகளில் ஒருகணம் கூட இப்படி உயிர்த்திருத்தலின் பரவச உணர்வை அடைந்திதல்லை.

என் வண்டியோட்டி குதிரைகளை இழுத்துப்பிடிக்கவும், ஒரு குலுங்கலுடன் வண்டி நின்றது. நான் வீட்டுக்குப்போக விரும்புகிறேனா என அவன் வினவினான். பகல் கனவிலிருந்து எழுந்த நான், நிழற்சாலையை அங்குமிங்குமாக நோட்டமிட்டு, எவ்வளவுநேரம் கனவு கண்டுகொண்டிருந்தேன், என் புலன்களின் போதை பல மணி நேரங்களை எப்படி விழுங்கிவிட்டது என்று வியந்துகொண்டிருந்தேன். இரவு கவிந்திருந்தது; மர உச்சிகள் தென்றலில் கிசுகிசுத்தன. குளிர்ந்த காற்று செஸ்ட்நட் பூக்களின் வாசத்தைக் கொண்டிருந்தது. வெள்ளி நீலவான கவிகைமூலம் காணமுடிந்தது. வீடு திரும்புவது சாத்தியமற்றிருந்தது, பரிச்சயமான உலகிற்கு திரும்புவது சாத்தியமற்றிருந்தது. ஓட்டுநருக்குப் பணம் தந்தேன் — ரூபாய் நோட்டுகளின் மின்னதிர்ச்சி என் கையில் ஏறிற்று; அவமானத்தை உணரக்கூடிய முட்டைப்புழு பருவத்தின் ஆளுமையின் மிச்ச சொச்சங்கள் இன்னும் இருந்தது! என் சந்தோஷத்தில் ஊதாரியாயிருந்தேன்.

சிறிதுநேரம் சிந்தித்துக் கொண்டிருந்தேன். அப்புறம் சாசெர்கார்டனை நோக்கி நடந்தேன். பிராட்டர் வந்ததும் அங்கே செல்வது என் வழக்கம். எனவேதான் இந்த வண்டியோட்டி அங்கே நிறுத்தியிருந்தான். ஆனால் அத்திறந்தவெளி உணவகத்தின் வாயில்மணியை அடித்ததும் என்னிடத்தே ஓர் எதிர் — உந்துதல். பரிச்சயமான உலகிற்குள் திரும்பிட நான் விரும்பவில்லை. எனக்குச் சமமானவர்களின் சோம்பேறித்தனமிக்க அரட்டை இவ்வாச்சரியகரமான, மர்மமான நொதித்தலை கலைத்துவிடும் — எனது பிற்பகல் சாகசத்தின் மின்னிடும் மாயாஜாலத்திலிருந்து என்னைப் பிரித்துவிடும்.

தொலைவில் எங்கோ ஓரிடத்திலிருந்து சிறிது இசைப்பகுதிகள் கேட்டன, அன்று ஒவ்வொன்றும் என்னை ஈர்த்ததுபோல விநோத சப்தங்கள் என்னை ஈர்த்தன. சந்தர்ப்பவசமான அப்போக்குகளைப் பின்தொடர்வது ஆனந்தமாயிருந்தது. அதில் அசாதாராண மாயம் இருந்தது. தூசி, புகையிலை, மனிதச்சுவாசம், மனித வியர்வையின் சீற்றங்களால் என் புலன்கள் தூண்டிவிடப்பட்டன. நேற்றுவரையிலும் கொச்சையானதாயும் அற்பமானதாயும் தோன்றிய ஒவ்வொன்றும் இப்போது உள்ளுணர்வு ஆசையின் இலக்காகி இருந்தது — முதல்முறையாக விலங்குகள், உந்துதல் சார்ந்தவை மற்றும் சாதாரணமானவை ஆகியவற்றுடன் உறவினை உணர்ந்துகொண்டேன். இங்கே, நகரின்விளிம்பிலே, சாதாரண படைவீரர்கள், பணிப்பெண்கள், ஊதாரிகளிடையே, விவரிக்கமுடியாத விதத்தில் இணக்கமாயிருந்தேன். இப்புதிய காற்றினை பரவசத்துடன் சுவாசித்தேன்; கூட்டத்தினரின் தோள்களை உராய்ந்துசெல்வது சந்தோஷமாயிருந்தது; எனது திரிதல் என்னை எங்கே இட்டுச் செல்லும் என்று அறிந்திட குறுகுறுப்பு கொண்டிருந்தேன். உர்ஸ்டெல்பிராட்டரை நெருங்கவும், வாத்திய இசை உரத்து ஒலித்தது; காற்றில் குட்டைப்பாவாடைகள் மேலெழும்ப நின்ற யுவதிகளைக் கண்டேன். இப்போது இவ்வுலகில் நுழையக்கூடியவனாயிருந்தேன். தன் ஞாயிறு கொண்டாட்டத்தில் விலங்குத்தனமான ஆனால் ஆரோக்கியமான இன்பங்களுடன் பங்கேற்கும் நாட்டம் மிகுந்திருந்தேன். இவற்றின் துடிப்பில் சிறிது என்னிடம் வந்துசேர்ந்தது. கடும்வாசனையால் என் நரம்புகள் முறுக்கேறின; கொந்தளிப்பினிடையே என் புலன்கள் திளைத்தன. ஒவ்வொரு வலுவான சந்தோஷத்திலிருந்தும் பிரிக்கமுடியாத பேரின்பம் அடைந்தேன். ஒருபோதும் இவ்வளவு கூட்டத்துடன் இருந்ததில்லை, அதனிடமிருந்து எனக்குள் இன்பம் பாய்ந்திடக்கண்டதில்லை. தளைகள் நொறுக்கப்பட்டிருந்தன, எனது ரத்தவோட்டம் பரந்துபட்ட உலகின் ரத்தஓட்டத்துடன் தொடர்பு கொண்டது. எனக்கும் இப்பரந்த உலகுக்கும் இடையிலான இறுதித் தடைகள் தூக்கி எறியப்படவேண்டும் என்ற ஏக்கம் கொண்டிருந்தேன்; இக்கதகதப்பான, அந்நியமான, நெருக்கியடிக்கும் கூட்டத்துடன் சங்கமித்துவிடும் வேட்கை இருந்தது. மனிதனின் காமத்துடன் இப்பிருமாண்ட உடலின் சதைமேல் காமம் கொண்டேன்; ஒரு பெண்ணின் காமத்துடன் அதன் தழுவல்களையெல்லாம் ஏற்கவும், அதன் கவர்ச்சி

ஒவ்வொன்றிடமும் சரணமடையவும் ஆயத்தமாயிருந்தேன். நான் சிறுவனாயிருந்து வாலிபனாக வளர்த்தபோது, நேசிக்கவும் நேசிக்கப்படவும் ஏங்கியிருந்ததை ஒருவழியாக உணர்ந்துகொண்டேன். வாழ்வின்மீது வெறிகொண்டேன் — மற்றவர்ககளின் சிரிப்புடன் சுவாசத்துடன் ஒன்றிடவும், அவர்களது எலும்பின் எலும்பாகிடவும் அவர்களது சதையின் சதையாகிடவும். கூட்டத்தில் சின்னதாயும் பெயரின்றியும் இருப்பது போதுமானது, வீறுகொண்ட வாழ்வின் சிறு துண்டாயிருப்புது போதுமானது. அவ்வாழ்வின் உள்ளேயும் வெளியேயும் இருந்தவரை இவ்வட்டத்திலுள்ளவர்களுடன் இயங்கியது வரை போதுமானது.

நான் குடித்ததிலிருந்து எனக்குத் தெரிந்தது. சூழலின் செல்வர்க்குகளெல்லாம் என் குருதியில் இருந்தன — மணியோசைகளும், ஆண்களால் தீண்டப்பட்ட பெண்களின் சிரிப்பும், இசையும் ஆடைகளின் சலசலப்பும் என் விரல்நுனிகளும் கன்னங்களும் துடித்துக்கொண்டிருந்தன., பேசவேண்டும், பலமணிநேர நிசப்தத்தை குலைக்கவேண்டும் என்னும் அவசம் இருந்தது. மனதருடனான நெருக்கத்திற்காக ஒருபோதும் இப்படி ஏங்கியதில்லை — இருந்தும் இக்கூட்டத்தின் அங்கமாக நான் இன்னும் ஆகிவிடவல்லை. கடல் தாகத்தால் மடிகின்றவனைப்போலிருந்தேன். அந்நியர்களைக் கவனித்தபோது, எனது தனிமையாவதை கணத்திற்கு கணம் அதிகரித்தது — ஒருவருக்கொருவரே அந்நியராயிருந்த அவர்கள் கூட்டமாக இணையவும், மீண்டும் பாதரச உருண்டைகள் போலப்பிரியவும் செய்வார்கள். ஒருகணத்தில் இளைஞர்கள் யுவதியரின் பரிச்சயத்தைப் பெற்றும் அடுத்த கணத்தில் தோளுடன்தோள் சேர்ததுப்போவதும் கண்டு பொறாமைப்பட்டேன். சுற்றிவருகையில் ஒரு வார்த்தை, கடந்து போவதில் ஒரு பார்வை போதுமனதாயிருந்தது; அந்நியர்கள் உரையாடத்தொடங்கிய ஓரிரு நிமிடங்களில் பிரிந்தனர்; இதற்கிடையே, என் ஆன்மா ஏங்கியதுபோல, ஒன்றுதலும் சிந்தனைகளும் உணர்வுகளும் சங்கமிப்பதும் நிகழ்ந்தன.

உரையாடலில் தேர்நதவனாக, சமூக ஆட்டத்தின் விதிமுறைகளை அறிந்தவனாக, சீரிய சமூகத்தில் இணக்கம் கொண்டிருந்தவனாக நான் இருநதேன் — இருப்பினும், பணியும் பயமும் கொண்டவனாக, ஒரு பணிப்பெண்ணைத்தீண்டி

அவள் நகைத்துவிடக்கூடாது என்று அஞ்சுபவனாக இருந்தேன். பேசும் ஆர்வம் இருப்பினும், யாரேனும் என்னைக் கவனித்தால் தலையைத் தாழ்த்திவிடுவேன். என் ஆசைகள் என்னவென்று தெளிவுப்படாதபோதும், ஒன்றில் நிச்சயம் இருந்தது, என்னால் தணித்திருக்க இயலாது. இருப்பினும் யாரும் என்னை வாழ்த்தி அழைக்காமல் சென்றுகொண்டே இருந்தனர். ஒருதடவை 12 வயதுச் சிறுவன் கந்தையான உடையில் என்னருகே வந்தான்; சுழலும் மரக்குதிரைகளை ஏக்கத்துடன் உற்றுநோக்கிய அவன் கண்கள் பிரகாசித்தன. வாய் திறந்தபடி நின்றான். குதிரைச் சவாரிக்கு காசில்லாததால், அடுத்துச் சிறந்ததில் திருப்தி காணும் மன நிலையில், நல்வாய்ப்பில் சவாரிசெய்வோரின் கூச்சலையும் சிரிப்பையும் ரசித்துக்கொண்டிருந்தான். அவனிடம்,

'சவாரி செய்யவில்லையா? என்றேன்.

என்னை உற்றுநோக்கிய அவன், பயந்து ஓடிப்போனான், என்னிடமிருந்து சிறியதொரு சந்தோஷத்தைப்பெற தெருவில் திரியும் சிறுவன்கூட தயாராயில்லை. என்னடத்தே அதீதமான அருவருப்பு இருக்கவேண்டும். கூட்டத்தினருடன் சேர்ந்து கொள்ள முடியாத என் இயலாமைக்கு வேறென்ன காரணம் இருக்கும்? எண்ணெய்த்துளிபோல, கொந்தளிக்கும் நீரின் மத்தியில் விலகி இருந்தேன்.

ஆனால் நான் விட்டுவிடப்போவதில்லை; என்னால் தனித்திருக்க இயலாது. எனது ஷூக்களில் என் பாதங்கள் தகித்துக்கொண்டிருந்தன் என் தொண்டை வற்றியது. கூட்டத்தின் இடைவெளிகளினூடே வலமும் இடமுமாகப் பார்த்து வந்த என்னால், சிவப்புத்துணிகள் விரித்த மேசைகளைப் பார்த்தேன். மரநாற்காலிகளிலும் பெஞ்சுகளில் அமர்ந்திருந்த வணிகர்கள் பீர் அருந்திக்கொண்டும் சுருட்டு புகைத்துக்கொண்டும் இருந்தனர். அது கவர்ச்சிகரமாயிருந்தது. இங்குமங்கும் சுற்றிவந்த அந்நியர்கள், ஒப்பீட்டளவில் அமைதியாய் காணப்பட்டனர். இப்பாலைவனச்சோலைகளில் ஒன்றிடம் சென்ற நான், அய்ந்து நபர்களைக் கண்டேன்— தடிமனான ஒரு நபர், அவன் மனைவி, இருமகள்கள் மற்றும் ஒரு மகன். இசைக்கு தலையாட்டிக் கொண்டு சிரித்த வண்ணமிருந்த அவர்களைப் பார்க்க நன்றயாயிருந்தது. என் தொப்பியை உயர்த்தி, ஒரு நாற்காலியைத்தொட்டு அமரலாமா என

வினவினேன். சட்டென்று அவர்தம் சிரிப்பு உறைந்துவிட, கணநேரம் நீடித்த இடைவெளியில், பதிலளிக்க ஒருவர் இன்னொருவருக்காக காத்திருந்ததாகத் தோன்றிற்று. அப்போது அம்மா முணுமுணுத்தாள்:

'தயவு செய்து'

என்வருகை அவர்களது குதூகலத்திற்கு முற்றுப்புள்ளி வைத்துவிட்டதோ என்னும் உணர்வுடன் அமர்ந்தேன்;. கடும் நிசப்தம் நிலவிற்று. உப்பும் மிளகும் தாராளமாய்ச் சிதறிக் கிடந்த மேசையிலிருந்து என் பார்வையை உயர்த்தவே இல்லை; அவர்கள் என்னைத் தருட்டுத்தனமாகப் பார்த்துக் கொண்டிருக்கவேண்டும் — அவ்விடத்திற்குப் பொருந்தாதவனாயிருந்தேன். அங்கிருந்து நகர்ந்து போகாதிருக்குமாறு வெட்கம் பிடுங்கித் தின்றது — மேசை விரிப்பிலுள்ள கோடுகளை எண்ணியபடி உட்கார்ந்திருந்தேன். பரிசாரகன் எனக்கு பீர் கொண்டுவந்ததும் சற்று ஆறுதலாயிருந்தது. அருந்தியவாறு என் சகாக்களை ரகசியமாக நோட்டம்விட்டேன். எல்லாரது குவிமையமாக நானிருந்தேன்; அவர்தம் வெளிப்பாடு விலகல் உணர்வைக் காட்டியது. என் சூழலுக்கு பொருந்தாதை நான் தேடிக்கொண்டிருந்தாக அவர்கள் எண்ணினர். நேசத்தால் இன்றி, ஏக்கத்தால் இன்றி, பீரிலோ நடனங்களிலோ ஆன சந்தோஷத்தால் இன்றி, ஓய்வுநாளின் களிப்புக்காக இன்றி இவ்வோய்வில்லத்திற்கு நான் வந்திருக்கமுடியாது. அவர்தம் புரிதலைத்தாண்டிய ஆசையால் நான் உந்தப்பட்டிருக்கவேண்டும், அவர்கள் என்னை நம்பவில்லை, — இவ்விடத்திற்கு வருகின்ற பெயரற்ற ஆயிரக்கணக்கானோர் பரிச்சயமற்ற என் தோற்றத்தை, நடைஉடை பாவனைகளை, பேச்சுமுறையை நம்பாதது போன்றே, மேசை முன்னிருந்த சிறுவனின் சவாரிக்கு பணம் தர நான் முன்வந்தபோது, அவன் நம்பவில்லை, எனினும் நெஞ் சார்ந்த உரையாடலை இணக்கமாகவும் நேரிடையாயும் நடத்த என்னால் முடிந்துவிட்டால், தந்தையோ தாயோ எனக்குப் பதிலளிப்பார்கள். அதனை ஏற்று சிறுமிகள் நகைப்பார்கள், சிறுவனை அழைத்துபோய் மகிழவைக்கலாம் என்று உணர்ந்தேன். விரும்பத்தக்க நபராக ஏற்றுக்கொள்ளப்பட்டால், அய்ந்தல்லது பத்து நிமிடங்களில் நான் என்னிடமிருந்து விடுதலை செய்யப்படுவேன், வெளிப்படையான சூழலை

சுவாசிப்பேன் — ஆனால் நான் விரும்பிய சொற்கள் கண்டறியப்பட முடியாதனவாய் இருந்தன. போலி அவமானத்தால் கட்டுப்பட்டிருந்தேன்; இவர்களின' மத்தியிலே குற்றவாளிபோல் அமர்ந்திருந்தேன். வரவேற்கப்படாத எனது இருப்பு அவர்தம் ஞாயிறு கொண்டாட்டத்தை பாழடிக்கின்றது என்னும் நினைப்பால் வருத்தப்பட்டேன். ஒரு பார்வைகூட இல்லாமல் இத்தகுமேசைகளை ஆயிரக்கணக்கில் கடந்துபோயிருந்தேன், லட்சக்கணக்கான சக மனிதர்களைக் கடந்துபோயிருந்தேன் என் சிறிய வட்டத்திலான வெற்றியை மட்டும் கவனத்தில் வைத்து இருந்தேன் என்பதற்காக, எனது அகங்காரத்தின் பொருட்டு வருந்தினேன் இக்கடும் நிசப்தத்தில். இவர்களுடனான கட்டற்றற உரையாடலை நிகழ்த்தாமல் தடுப்பது என்தரப்புதான் என்பதை கண்டுகொண்டேன்.

இதுவரையிலும் சுதந்திரமானவனாக இருந்திருந்த நான், தலைகவிழ்ந்து பணிவாக, மேசை விரிப்பின் கோடுகளை எண்ணுவதும் மீண்டும் எண்ணுவதுமாக இருந்தேன். பீரில் பெரும்பகுதியை அப்படியே விட்டுவிட்டு சம்பிரதாயமாக விடப்பெற்றேன். எதிர்வினை நட்பார்த்து இருந்தாலும் வியப்புணர்வு இல்லாமலில்லை. நான் அகன்றதும் அவர்தம் உற்சாக அரட்டை தொடங்கிவிடும்.

மீண்டும் கூட்டத்தின் களேபரத்தில் கலந்துவிட்டேன் — இப்போது மிகவும் ஆர்வத்துடனும் அவர் நம்பிக்கையுடனும். கூட்டத்தில் புதிய நபர்கள் உறுத்தலாய் தெரிந்தனர். பலூன்கள், காகித கப்பல்கள் — காற்றாலைகள் வைத்திருந்த குழந்தைகள் வீடுகளுக்கு அழைத்துச் செல்லப்பட்டிருந்தன, குடும்ப விருந்துகள் மறைந்தன. எஞ்சியிருந்த சிலர் அபரிமிதமாய் குடித்திருந்தனர்; ஊதாரிகள் ஓரங்களில் தட்டுப்பட்டனர்; விஷமம் — ஆபத்தின் தூண்டிவிடும் வாசைன, உழைக்கும் வர்க்கத்தின் மரியாதையினை விடவும் எனக்கு இணக்கமாய் இருந்தது. என்னிடம் விழித்தெழுந்திருந்த உள்ளுணர்வு, இப்போது நான் சிந்தித்துக் கொண்டிருக்கிற பதற்றங்களுக்கு இயைந்தாய் இருந்தது. கட்டுப்பாடின்றி திரிந்தோர்மீது பொறாமை கொண்டேன். அங்கே ஒரு தூணில் சாய்ந்தபடி, நிசப்தத்தின் வசியத்தைப்பேர்க்கவும் தனிமை வாதையிலிருந்து விடுபடவும் ஏங்கிக் கொண்டிருந்தேன், இருப்பினும் நகரவோ பேசவோ முடியாதிருந்தேன். வெளிச்சம் பிரகாசித்திடும்

திறந்த வெளியினுடே சதுக்கத்தில் நின்றேன்; ஒருபுறமாயிருந்த இருளில் அருகில் வந்த ஒவ்வொருவரையும் கூர்ந்தாய்வு செய்தேன். ஆனால் யாரும் என் பார்வையை ஏறிடவில்லை. அனைவரும் அலட்சியமாகவே பார்த்தனர். யாரும் என்னை விரும்பவில்லை, யாரும் என்னை விடுவிக்கப் போவதில்லை.

பைத்தியமாகத் தோன்றுவதை எப்படி நான் விவரிப்பது அல்லது விளக்குவது? கல்விகற்று செல்வந்தனும் சுதந்திரமிக்கவனுமாகிய நான், தலைநகரின் சீரிய சமூகத்தில் இணக்கமாயிருந்தேன் — அன்றிரவு ஒருமணிநேரம் தூணில் சாய்ந்தவாறு, ஒரே நடனம் இருபதாவது நாற்பதாவது தடவை நிகழ்ந்து கொண்டிருந்ததையும் மரக்குதிரைகளின் சுழற்சிகளையும் பார்த்துக்கொண்டிருந்தேன் — ஒரு பிடிவாதமான அலட்சியம், ஊழ்வினையின் மாயமிக்க திருப்பத்திற்காக காத்திருக்கும் தீர்மானம் என்பன என்னை அங்கேயே ஊன்றிநிற்கச் செய்தன. எனது நடத்தை அபத்தமானது என்றறிவேன், ஆனால் அப்போதைய என் வதை ஒரு பரிகாரமாயிருந்தது. நான் பரிகாரம் தேடியது என் திருட்டுக்காக அல்ல, மாறாக அப்பிற்பகலுக்கு முந்தைய என் வாழ்வின் சாரமற்ற வெறுமைக்காக, ஊழ்வினை என்னை விடுதலை செய்திருந்தது என்பதை உறுதிப்படுத்திடும் சமிக்ஞை கிட்டாதவரை, நான் அங்கிருந்து போவதில்லை என எனக்கு நானே உறுதிபூண்டிருந்தேன்.

நேரம் செல்லச்செல்ல, உல்லாசம் படிப்படியாக முடிவுக்கு வந்தது. விளக்குகளெல்லாம் அணைக்கப்பட்டன, இருள், வெள்ளம் போல முன்னேறுவதாகத் தோன்றிற்று. நான் நின்று கொண்டிருந்த வெளிச்சத்தீவு மேலும் தனிமைப்பட்டது. பீதியில் என் கடிகாரத்தை நோக்கினேன். இன்னுமொரு கால்மணி நேரத்தில், மரக்குதிரைகளின் சுழற்சி நின்றுவிடும், அவற்றின் நெற்றிகளில் தொங்கும் சிவப்பு — பச்சை விளக்குகள் அணைக்கபட்டுவிடும், அலறும் வாத்திய இசை நிறுத்தப்படும், அப்புறம் நான் இருளில் தனியே முணுமுணுத்தபடி, ஒதுக்கப்பட்டவனாக, கைவிடப்பட்டவனாக இருப்பேன். எனக்கெதிரேயிருந்த அடர்நிழலில் சஞ்சலமிக்கதும் துடிப்பானதுமான வாழ்க்கை. என்னைக் கடந்த போனவனிடமிருந்து ரகசிய அழைப்பு. சில வேளைகளில் ஒரு பெண்ணின் சிரிப்பு காற்றில் வந்துசேர்ந்தது.

இருளில் இருந்த இவர்கள் மெல்ல மெல்ல துணிச்சல் மிகுந்து வெளிச்சமுள்ள சதுக்கத்திற்குப் படையெடுத்தனர், ஆனால் சட்டென மாயமாகினர் — போலிஸ்காரரது ஹெல்மெட் பார்வையில் பட்டுவிட்டால், அவர்கள் கீழ்மட்டத்தைச் சேர்ந்த விலைமாதர்கள், தம்வாடிக்கையாளர்களுடன் இருந்திட வீடு இல்லாதவர்கள், எந்தவூர் இருள்மூலையிலும் அற்பபணத்திற்காக அதிகபட்ச சுகம் தருபவர்கள்.

அவர்களில் ஒருத்தி என்னைக் கவனித்திருக்கவேண்டும். கணைநோயால் பாதிப்புற்ற அவள் சிறியபெண், தொப்பியின்றி அழுக்கான உடையில் இருந்தாள். என்னைப் பார்த்து பல்லிளித்தாள். என்னால் சுவாசிப்பது சிரமமாயிருந்தது. அவளிடமிருந்து என் பார்வையை விலக்கமுடியவில்லை. வசியத்திற்குள்ளானதுபோல், என்னிடம் மன்றாடிக் கொண்டிருந்தது. ஒரு மனித உருவம் என்றும் ஓரிருவார்த்தைகளில் அல்லது சமிக்ஞைகளில் என் தனிமைக்கு முடிவு கட்டிடுவேன், ஓரங்கட்டப்பட்டிருந்து என்னை வதைத்த உணர்வுக்கும் முடிவு கட்டிவிடுவேன் என்றுமுணர்ந்தேன். ஆனால் என்னால் அவ்வார்த்தையை சொல்ல முடியவில்லை அல்லது சமிக்ஞையை செய்யமுடியவில்லை. மரம் போல் நின்றேன். இருந்தபோதிலும், வாத்திய இசை ஒப்ந்துவருகையில், என் ஆண்மையின்மைகூட, என்னைக் கெஞ்சிய பெண்ணின் இருப்பால், மகிழ்ச்சியடைந்தது — சக உயிரின் காந்த ஈர்ப்புடைய அழைப்பை அனுபவிப்பதற்காக ஒரு கணம் என் கண்களை மூடினேன்.

இப்போது, ஒரு மரப்பதுமையை வீணே மன்றாடியதில் ஏமாற்றமுற்று அப்பெண் போயிருந்தாள் என்பது வெளிப்படை. பீதிகொண்ட நான், சட்டென்று இறுக்கம் பெற்றேன். அவளை ஏன் போகவிட்டிருந்தேன், — இவ்வற்புதமான இரவில் என்னை நெருங்கிவந்தவளை?

திடீரென எனக்குள் ஏக்கம். அவள் திரும்பிவந்தால் அவளிடம் பேசலாமே என்று. அவளைப் பினதொடரக் கூடாது என்று பெருமிதம் கொண்டவனாயில்லை, தீர்மானிக்க முடியாதவனாயிருந்தேன்.

அவள் திரும்பினாள் அநேகமாக யந்திரகதியில் தன் தோளின் வழியே என்னை நோக்கினாள். அவள் என்னைக்

கவனிப்பதை நிறுத்தியதும், என்னிடமிருந்து பதற்றம் விலகியது, என் கண்களில் புலப்பட்டது. அப்புறம் பாதியளவு திரும்பி, சதுக்கத்தின் இருண்ட பகுதிக்கு வருமாறு தலையசைவால் சமிக்ஞை செய்தாள். அப்போது என்னை இறுக்கமாய் வைத்திருந்த கேடுகெட்ட மாயம் விலகிற்று. மீண்டும் நகரக்கூடியவனாகி, சம்மதம் தெரிவித்தேன்.

புலப்படாத ஒப்பந்தம் கையெழுத்தாகி இருந்தது. நான் பின்தொடர்ந்து வருகின்றேனா என்று கவனித்தபடியே, மங்கலான வெளிச்சத்தில் சதுக்கத்தினூடே நடந்தாள். ஒரு சந்தில் அவள் தன் வேகத்தைக் குறைத்திட்ட இடத்தில் அவளை அடைந்துவிட்டேன்.

சில விநாடிகள் சந்தேகத்துடன் என்னை ஏற —இறங்கப் பார்த்தாள். என்னிடமுள்ள ஏதோவொன்று அவளை சந்தேகப்பட வைத்தது — என் அடக்கமும், என் தோற்றத்திற்கும் நானிருந்த இடத்திற்குமான முரண்பாடும். இச்சிறு தயக்கத்திற்குப் பிறகு, ‘அங்கேபோவோம், நன்றாக இருண்டிருக்கும்’ என்று ஒரு சந்தினைச் சுட்டிகாட்டினாள்.

என்னால் பதிலளிக்க முடியவில்லை. இச்சந்திப்பின் குரூரமான சாதாரணத்தன்மை என்னை ஊமையாக்கிவிட்டது. ஓரிரு கிரவுன் மற்றும் ஒரு மன்னிப்பு வார்த்தையுடன் நானே பின்வாங்கியிருக்கவேண்டும், ஆனால் என் விருப்புறுதிக்கு என் நடவடிக்கைகள் மீது ஆற்றல் இல்லை. என்னை அவள் அழுத்தியதும் அனிச்சையாக அவள் கையைப் பற்றினேன். அது பெண்ணின் கரமாக இல்லாமல் வளர்ச்சியடையாத குழந்தையினுடையதாக இருந்தது. இரவு என்பாதையில் தூக்கி எறிந்திருந்த, அடிமட்டச்சமுதாயத்தின் இச்சின்னஞ் சிறு ஏழைத்துண்டின் மீது இரக்கம் பிறந்தது.

மங்கிய வெளிச்சமிருந்த சாலையிலிருந்து சிறு காட்டில் நுழைந்தோம் — இருள் கேடாக நாறிற்று இங்கே. இச்சாகசத்திற்குள் நழுவிய மாத்திரத்தில் செயல் இழந்ததாகத் தோன்றிற்று, என் புலன்கள் கூர்மை கொண்டன. பாதையோரத்தில் ஒரு நிழல் எங்களைப் பின்தொடர்ந்தது, ரகசிய காலடியை உணரமுடிந்தது. அது மின்னல்வெட்டெனத் தெளிவாகியது. அவளும் அவளது அடியாளும் என்னை இருளில் பிடித்து வைத்திருப்பார்கள். வாழ்வுக்கும் சாவுக்கும்

இடைப்பட்டதருணங்களில் வரும் அதியற்புத உள்ளுணர்வால், சந்தர்ப்பங்களை எண்ணிப் பார்த்தேன். கிளம்புவதற்கு இனனும் நேரமிருந்தது. பிரதான சாலைக்கு அருகில் நாங்கள் இருந்தமையால், டிராம்காரின் சப்தத்தை கேட்கமுடிந்தது. ஒரு கூச்சலோ விசிலோ உதவியைக் கொண்டுவந்துவிடும். இவ்வாறு ஓடிவிடுதல் அல்லது மீட்பின் சாத்தியங்களையெல்லாம் மனதில் பரிசீலித்தேன்.

புதிரான வகையில், என்நிலைமையின் அபாயம் என் தீவிரத்தை தணிக்காமல் பற்றி எரியச்செய்தது. இன்றைக்கு என் நடத்தையின் சுபத்திற்கு காரணம் கற்பிப்பது சிரமமாக தெரிந்தது. ஒரு பொறிக்குள் என் தலையைத் தேவையின்றி நுழைப்பது எனக்குத் தெரிந்தது; ஆனால் எதிர்பார்ப்பு திகிலினை ஊட்டிற்று. அருவருப்பான ஒன்று, அபாயகரமான கேடு எனக்குக் காத்திருந்தது போலும், நான் ஈடுபட்டுக்கொண்டிருந்த மோசமான விஷயங்கள் குமட்டுவதாய் இருந்தன. ஆனால் அப்போதைய போதையேறிய மன நிலையில், மரணத்தின் தொந்தரவுகூட கேடான ஈர்ப்பினை பிரயோகித்தது. எது என்னை முன்னோக்கி இயக்கியது? கோழைத்தனத்தைக் காட்டிட வெடகப்பட்டேனா அல்லது வெறுமனே பலீவனமாயிருந்தேனா? என்னிடம் மேலாதிக்கம் செலுத்திக் கொண்டிருந்தது, வாழ்வின் மிச்சசொச்சங்களை சுவைத்திட விரும்பும் ஆசையே, எனது முழு இருப்பினையும் ஒரு வார்ப்பில் வைத்திட விரும்பும் ஏக்கமே, நான் ஈடுபட்டிருந்த அபாயங்களை முழுதாக அறிந்திருந்தாலும், கவர்ச்சியற்ற அவ்வேசியுடன் கைகோர்த்து காட்டுக்குச் சென்றேன்; பந்தய மைதானத்தில் என் குற்றத்துடன் தொடங்கியிருந்த நாடகத்தை கடைசிவரை நான் நடித்து முடிக்கவேண்டும் — திரை வீழ்வது மரணமாய் இருப்பினும்.

சில காலடிகளுக்குப்பிறகு அவள் நின்று திரும்பிப் பார்த்தாள். அப்புறம் எதிர்பார்ப்புடன் என்னை நோக்கினாள்: 'எனக்கு எவ்வளவு பணம் தரப்போகிறாய்?'

ஆம், அவ்விஷயத்தை மறந்துபோயிருந்தேன். ஆனால் அவள் கேள்வி என்னை நிதானப்படுத்தவில்லை. நிறையத் தரமுடிவதற்காக மகிழ்ந்தேன். என்னிடமிருந்து வெள்ளிக் காசுகளையும் ஒன்றரண்டு கசங்கிய ரூபாய் நோட்டுகளையும்

நீட்டிய அவளின் கையில் கொட்டினேன். இப்போது அதுபற்றி எண்ணிப்பார்ப்பது இதயத்திற்கு கதகதப்பாயுள்ளது. ஒருவேளை அவள் ஆச்சரியப்பட்டிருக்கலாம்; அது அவளுக்குப் புதிதாய் இருந்திருக்கலாம். ஓரடி பின்வாங்கிய அவளது பார்வை என்மீது நிலைகுத்தியிருந்தது. ஒருவழயாக மாலைப்பொழுதெல்லாம் நான் ஏங்கிக்கொண்டிருந்ததை என்னால் அனுபவிக்க முடிந்தது. ஒரு தனிநபராக என்னுடன் ஒருவர் அக்கறை கொண்டிருந்தார்; முதல்முறையாக இப்புதிய உலகில் ஒருவரிடம் உயிர்ப்புள்ளவனாயிருந்தேன். தன்னையறியாத நன்றி பாராட்டலால் என்னை நெருங்கினாள். நலிவுற்ற கரத்தை மீண்டும் பற்றினேன். அவள் வாழ்வு என்னவாய் இருந்திருந்தது மற்றும் இருந்தது என எனக்கு நானே சித்திரமாய் தீட்டினேன். ஏதோ சேரி ஒன்றில் நானும் குடிலில் அதிகாலையிலிருந்து பகல்வரை, குழந்தைகளின் அமளிகளுக்கு மத்தியில் எவ்வளவு தூங்க முடியுமோ அவ்வளவு தூங்குவதை எண்ணிப் பார்த்தேன். அவள் கதவை தட்டிடும் தரகனை, பழமையான வாழ்க்கையாளர்களான குடிகாரர்களை நினைத்துப் பார்த்தேன்; தன் நாட்களை அவள் முடித்துக்கொள்ளும் பணியிட மருத்துவமனை என அனைத்தையும் சிந்தித்தேன். எல்லையற்ற கருணையால் நெகிழ்ந்துபோய், குனிந்து அவளுக்கு முத்தமிட்டேன். ஆச்சரியப்பட்டாள்.

அப்போது எனக்குப் பின்னே ஒரு சலசலப்பு, மரக்கிளை முறியும் சப்தம். அப்புறம் ஒரு இருமல், ஒருவன் பேசினான்.

'கையும் களவுமாக பிடித்துவிட்டேன்!' அவர்கள் யாரென்று அறிவேன். நான் உளவு பார்க்கப்பட்டதை மறந்துவிடவில்லை. காட்டுமிராண்டிகள் போன்ற இருவர் இருந்தனர். மிரட்டினர் —

'பொதுஇடத்தில் உன் ஆபாச தந்திரங்கள். கனவானாயும் இருக்கிறாய்! அலற வைத்து விடுவோம்'

உணர்ச்சி பசப்படாதிருந்தேன். என் கன்னங்கள் துடித்தன, ஆனால் பதறவில்லை, என்ன நடக்கும் என்று எதிர்பார்த்து காத்திருந்தேன். 'இவனை சும்மா விட்டுவிடமுடியாது' என்றனர்.

என்னிடமிருந்த மிகுந்த குற்றவாளி அவர்களிடமிருந்த குற்றவாளியைப் புரிந்துகொண்டான். அவர்கள் என்னை பணிய வைக்க முற்பட, என் விலகிய நிலையால் அவர்களே பணிந்தனர். எனக்கும் இவ்விருவருக்குமிடையே ஓர் ஊமைப் போட்டி எவ்வளவு அற்புதமாயிருந்தது அது! அருவருப்பான இத்தோப்பில், இருமுரடர்கள் ஒரு வேசியால் விரட்டப்பட்டு ஆபத்தில் சிக்கியிருப்பது; 12 மணி நேரத்திற்குள் இரண்டாம்

தடவை விபரீதத்தின் மாய வசீகரத்தை உணர்ந்தேன் — ஆனால் இப்போது விபரீதம் அதிகமானதாக, உயிரே, அதனை மையமிட்டதாக இருந்தது. ஆட்டத்தில் என்னை முழுதாக ஒப்புக்கொடுத்துவிட்டேன்.

அத்தருணத்தில் இவ்விரு நபர்களின்மீது அளவற்ற இரக்கம், சகோதர பாங்கிலான இரக்கம் என்னிடம் ஏற்பட்டது. இவ்விரு பசித்த அற்பர்களும் என்ன விரும்பினர்? அற்பர்களும் என்ன விரும்பினர்? ஒட்டுண்ணிகளான இவர்களது தேவை என்ன? அவ்விருண்டகாட்டில் என் கழுத்தை அவர்கள் நெரித்திருக்கலாம், கொள்ளையிட்டிருக்கலாம், கொலை செய்திருக்கலாம். இருந்தும் என்னிடமிருந்த கொஞ்ச நஞ்சம் வெள்ளிக்காசுகளைப் பறிக்க மிரட்டவே செய்தனர். திகிலை விரும்பி, திருடனாக குற்றிவாளியாக மாறிய நான் எப்படி இந்த அப்பாவிப் பிசாசுகளை வதைக்க துணிவு கொள்ள முடியும்? என் பங்கிற்கு அவமானமடைந்தேன் ஏனெனில் அவர்தம் அச்சங்களுடன் விளையாடியிருந்தேன். இப்போது இறுதித்தருணத்தில், அவர்களிடமிருந்து தப்பித்துவிட்டபோது, உள்ளீடற்ற அவர்தம் கண்களில் இயல்பாயிருந்த ஏமாற்றத்தை இதப்படுத்துவேன்.

அவர்களில் ஒருவனிடம் சென்று பதற்றத்தைத் தூண்டினேன் — என்னை ஏன் போலிஸில் ஒப்படைக்க விரும்புகிறாய்? அதனால் உனக்கென்ன கிடைக்கும்? சில தினங்கள் நான் சிறையில் அடைக்கப்படலாம் அல்லது அடைக்கப்படாது போகலாம். அதனால் உங்களுக்கென்ன லாபம்? எனக்கு ஏன் கேடு நினைக்கிறீர்கள்?

நம்பிக்கையற்ற குழப்பத்தில் என்னை உற்றுநோக்கினர். ஒரு மிரட்டலையோ நிந்தனையையோ அவர்கள் யோசித்திருக்கலாம். ஆனால் கடைசி நேரத்தில் நான் இணக்கம் காட்டுவேன் என்று அவர்களுக்குத் தெரியாது. கடைசியில் ஒருவன் இம்சிப்பதாக அல்லாமல், பழியினின்றும் தன்னை நீக்கிக்கொள்வதுபோல, பதிலளித்தான்: 'நீதி தன் கடமையைச் செய்தாக வேண்டும். நாங்கள் எங்கள் கடமையினையே செய்கின்றோம்'

இத்தொடர் இத்தருணங்களுக்காகவே உருவானது. ஆனால் இப்போது இதில் உயிரோட்டம் இல்லை. இருவரில் யாரும்

என்னைப் பார்க்க முற்படவில்லை. காத்திருந்தனர் என்பதை அறிவேன். நான் கருணைகாட்டுமாறு கெஞ்சி, அவர்களுக்கு பணம் தருவேன் என்று விரும்பினர்.

அவர்களது தருமச்சங்கடத்தை மேலும் ரசித்திட, அவர்களை சிறதுநேரம் அப்படியே விட்டுவைத்தேன். அதே வேளையில் எங்களுக்கிடையிலான நிசப்தத் தடையை நொறுக்க விரும்பினேன்.

'உங்களுக்கு நூறு கிரவுன்கள் தருகிறேன்' என்றதும் மூவரும் திடுக்கிட்டனர், ஆச்சரியத்துடன் என்னைப் பார்த்தனர். இத்தகைய வேளையில் இவ்வளவு தொகையை அவர்கள் எதிர்பார்த்திருந்ததில்லை —அதுவம் தந்திரம் பலிக்கவில்லை என்று விரக்தியுற்ற நேரத்தில்.

'இருநூறாகத்தாருங்கள்' என்றான் ஒருவன். ' அவர் என்ன தந்தாலும் நீங்கள் உல்லாசமாயிருக்கலாம், உங்கள் வேலையை நிறுத்துங்கள். அவர் என்னைத்தொடவே இல்லை.' என்றாள் அப்பெண்.

அவளின் ஆத்திரம் கண்டு என் இதயம் எனக்குள்ளே அமிழ்ந்தது. ஒருவர் எனக்காக அனுதாபப்பட்டுகிறார், எனக்காகத் தலையிடுகிறார். அன்பெழுகின்றது அடியாழங்களிலிருந்து; பணம் பறிக்கும் இவர்களிடம் நீதிக்கான புரிபடாத ஏக்கம் இருக்கிறது. இவர்களை இன்னும் காக்கவைக்கக்கூடாது, அவர்தம் பயத்திலும் அவமானத்திலும் அவர்களை வதைக்க முடியாது.

'சரி இருநூறு கிரவுன்கள்' என்று சொல்லி என் பர்ஸை எடுத்து மெல்லத் திறந்தேன். அவர்களில் யாரேனும் அதனைப்பற்றி ஓடியிருக்கக்கூடும். ஆனால் அடக்கத்துடன் பார்த்துக்கொண்டிருந்தனர். அவர்களுக்கும் எனக்குமிடையே ஒரு ரகசிய பிணைப்பு; வெவ்வதற்கான போராட்டமில்லை, ஆனால் ஒரு புரிதல், பரஸ்பர நம்பிக்கை, மானுட உறவுநிலை இருந்தது. திருடிய கத்தையிலிருந்து இரண்டு நோட்டுகளை உருவி, ஒருவனிடம் தந்தேன்.

நன்றி பாராட்டிவிட்டு, கிளம்புவதற்குத் திரும்பினான்.

பணம் பறிப்பவர் ஆதாயத்திற்காக எனக்கு நன்றி பாராட்டுவது எவ்வளவு அபத்தம். அவ்வாறு செய்தமைக்காக அவன் அவமானம் கொள்ள, அதன் பொருட்டு நான் வருந்தினேன். எனக்குமுன்னே அவன் அவமானமடைவதை நான் விரும்பவில்லை, அவனுடைய ரகத்தினனாக நான் இருந்ததால்; அவளைவுக்கு நான் ஒரு திருடனே் நானும் ஒரு கோழை, பலவீனன். அவனது அவமானம் என்னை சஞ்சலப்படுத்திற்று. அவனது சுயமரியாதையை மிரட்டிட விரும்பினேன். எனவே அவனது நன்றி பாராட்டுதலை மறுதலித்தேன்.

தூய உறுதிப்பாடுடன் பதிலளித்தேன்: ‘உங்களுக்கு நான் நன்றி கூறவேண்டும். நீங்கள் என்னை போலிஸில் ஒப்படைத்திருந்தால் நாசமாகியிருப்பேன். என் மூளையைக் குறிபார்த்துச் சுட்டிருப்பேன், உங்களுக்கு எந்த ஆதாயமும் இருந்திருக்காது. சிக்கலிலிருந்து விடுபட இதுவே சிறந்த வழி. நல்லது, வலப்பக்கமாக அத்திருப்பத்தில் போகிறேன், எதிர்ப்புறத்தில் சென்றுவிடுங்கள். குடநைட்!’

கணநேரத்தயக்கம். அவர்கள் ‘குட்நைட்’ தெரிவித்தபோது அதில் நல்;லெண்ண உணர்வோட்டம் இருந்தது. என்னிடமிருந்து அவர்களிடம் சென்ற ஒன்று அவர்களிடம் வாழ்ந்திருக்கும்: அவர்களுக்கு எதனையோ தந்திருக்கிறேன். இவ்வழங்கலின் ஆனந்தம் நான் அனுபவித்துள்ளதில் மிகவும் பவித்திரமானது.

பிராட்டரிலிருந்து கிளைக்குச் செல்லும் வாயிலுக்கு நடந்துபோனேன். அடக்கிவைத்த உணர்வு முழுதாக அகற்றப்பட்டிருந்தது. விருட்சங்கள் என்னிடம் கிசுகிசுக்க, அவற்றை நேசித்தேன். நட்சத்திரங்களின் பிரகாசமான வாழ்த்தில் திளைத்தேன். தொலைவில் பாட்டின் குரல்கள் ஒலித்தன, எனக்காகப் பாடிக்கொணடிருந்தன. நான் சிரமம்பட்டிருந்த கூடு நொறுங்கவே எல்லாம் இப்போது என்னுடையதாயிருந்தது. வழங்குதலின் ஆனந்தம், ஊர்சுற்றுதலின் ஆனந்தம் என்னை எல்லா உலகத்துடனும் ஒன்ற வைத்தது. ஆனந்தத்தை அளிப்பது, ஆனந்த்த்தை வெல்வது எவ்வளவு எளிதானது! நாம் மதகுகளைத் திறந்தால்போதும், மனிதனிலிருந்து மனிதனுக்கு வாழும் நீரோட்டம் பாயும், — உயரங்களிலிருந்து ஆழங்களுக்கு இடித்து முழங்கியும் அடியாழங்களிலிருந்து நுரைத்து முடிவிலிக்குள்ளும்.’

ப்ராட்டரிலிருந்து வெளியேறும் புள்ளியை நான் எட்டியதும், தன் சாதாரண பொருட்களின் மீது குனிந்தபடி இருந்த கிழவியைக் கண்டேன். தூசுபடிந்த கேக்குகளும் சிறிய பழமும் இருந்தன. சில காசு சம்பாதிப்பதற்காக காலையிலிருந்து அவள் அங்கிருந்திருக்கவேண்டும். 'என்னைப்போல நீ ஏன் அனுபவிக்கலாகாது' என்றெண்ணிய நான், ஒரு கேக்கினை எடுத்துக்கொண்டு, ரூபாய் நோட்டினை நீட்டினேன். சில்லறைக்காக அவள் திண்டாடியும் மறுதலித்தேன். ஆனந்தமும் ஆச்சரியமும் மிகுந்த அவள் அபரிதமாக நன்றி பாராட்டினாள். அதைப்பொருட்படுத்தாமல் நகர்ந்துசென்று அங்கிருந்த குதிரைக்கு கேக்கினைத் தந்தேன். அதுவும் நன்றிபாராட்டுவதுபோலப் பார்த்து தின்றது. அதிலிருந்து இனனும் சந்தோஷமளிக்கும் ஏக்கம் நிறைந்தது. சிலவான வெள்ளிக்காசுகளால் கவலைகளைக் கொன்று, உற்சாகத்தை வரவழைப்பது எவ்வளவு லகுவானது என அறிந்துகொண்டேன். ஏன் பிச்சைக்காரர்கள் இல்லை? பலூன்களைக்கோரி அடம்பண்ணும் சிறுவர்கள் எங்கே? வீட்டுக்கு தடுமாறிச்செல்லும் வயதான ஆள் எங்கே?

'ஒரு பலூன் ஒருபென்னி' என்று கூவிக்கொண்டிருந்த வனிடமிருந்து எல்லா பலூன்களையும் எடுத்துக்கொண்டு பத்துகிரவுன் தாளைத் தந்தேன். அவனோ ஆச்சரியத்தில் மூழ்கினான்.

பலூன்கள் விடுதலைக்காக, விண்ணை நோக்கிப் பறப்பதற்காக ஏங்கிக் கொண்டிருந்தன. தாம் விரும்பியதை அவை ஏன் செய்யலாகாது? அவிழ்த்துவிட்ட மாத்திரத்தில் வண்ணமேறிய நிலவுகளாய் உயர்ந்தன. எல்லா திசைகளிலிருந்தும் சிரித்தபடி மக்கள் ஓடினர்; காதல்ஜோடிகள் இருளிலிருந்து வெளிப்பட்டனர்; வண்டியோட்டிகள் சவுக்குகளை விளாசினர்; மர உச்சிகளிலும் வீட்டுக் கூரைகளிலும் மிதந்து கொண்டிருந்த பலூன்களை ஒருவருக்கொருவர் சுட்டிக்காட்டிக்கொண்டிருந்தனர். ஒவ்வொருவரும் சந்தோஷப்பட்டனர் எனது விளையாட்டில்.

மற்றவர்களுக்கு சந்தோஷமளிப்பது எவ்வளவு எளிதானது, எவ்வளவு அனுபவிக்கதக்கது என்பதை ஏன் அறியாதிருந்தேன்? என் பர்ஸிலிருந்த நோட்டுக்கள் மீண்டும் என்னைச் சுட

தொடங்கின, பலூன்களை கட்டிவைத்திருந்த கயிறுபோல என் விரல்களை அழுத்தின. ரூபாய் நோட்டுகளும் அறியாததற்குள் பறந்துபோக விரும்பின, அனைத்தையும் எடுத்தேன், பந்தயத்தில் பெற்றவற்றை மட்டுமின்றி; நான் வைத்திருந்ததையும் சேர்த்து எடுத்தேன் — அவற்றிற்கிடையே நான் பேதம் காணவில்லை, அவற்றில் சில குற்றக்கறை படிந்திருந்தன என்றுணரவில்லை. விரும்பிய யாருக்கும் ஆயத்தமாக இருந்தன அவை. ஆளரவமற்ற தெருவில் முடிவின்றி சுத்தம்செய்து கொண்டிருந்த தொழிலாளியிடம் இருபது கிரவுனைத் தந்தேன், சிரித்தபடி நீ விரும்பியதை வாங்கிக்கொள்ளலாம்' என்றேன்.

யாராவது என்னிடமிருந்து அன்பளிப்பு கோருவார்களா என நாலாபுறமும் நோக்கினேன். யாரும் வரவில்லை. என்னிடம் வந்த ஒரு வேசிக்கு ஒரு கிரவுன் தந்தேன். ஒரு கிரவுனை ரொட்டிக்கடை சன்னலில் எறிந்தேன். ஆச்சரியம், நன்றி, ஆனந்தத்தின் தடத்தைப் பதித்து இவ்வாறு என் முன்னேற்றத்தை மேற்கொண்டேன்.

கடைசியில் நான் ருபாய்நோட்டுகளை இங்கும் அங்கும் எங்கும் என வாரி இரைத்தேன். ஆப்பிள் கடை வைத்திருந்த வயதான பெண் காலையில் நூறு கிரவுன்களைக்கண்டு, நல்வாய்ப்புக்காக கடவுளைப் போற்றுவாள். நோட்டுகளை இரைக்குமபோது நானடைந்த ஆச்சரியத்தையும் ஆனந்த்தையும் அந்நோட்டுகளை எடுக்கப்போகும் ஏழை மாணவனோ பணிப்பெண்ணோ தொழிலாளியோ பெறவேண்டும..

கடைசி ரூபாய்நோட்டும் காலியானதும், நம்பமுடியாத விதத்தில் லேசான இருதயமிக்கவனாக உணர்ந்தேன், என்னால் பறந்துவிடமுடியும் என்பதுபோல; இதற்குமுன் நான் உணாந்திராத சுதந்திர உணர்வைப் பெற்றேன். தெருவிடமும் வானத்திடமும் வீடுகளிடமும் புதிய உறவுநிலை கொண்டேன். இதுவரையிலும், எனது இருப்பின் மிக முக்கிய தருணங்களிலும் இவற்றின் யதார்த்தத்தை இப்படி நான் உணர்ந்ததில்லை — அவை உயிர்த்திருந்தன, நான் உயிர்த்திருந்தேன், அவற்றிலும் என்னிலுமிருந்தது ஒரே வாழ்வுதான், ஒருபோதும் இன்பம் ததும்பிடாத மாபெரும் வல்லமைவாய்ந்த வாழ்வுதான் — நேசிக்கின்றவனே தருகின்றவனே புரிந்துக்கொள்ளக்கூடிய வாழ்வு.

என்னிடத்தே இறுதியான சஞ்சலமொன்று என் கதவைத் திறந்து, என் அறைகளில் நுழைந்திருந்த இருட்டு உருவினை நான் கண்டபோது திடிரென்று என்னிடத்தே பதற்றத்தின் அவசம் — இப்போது நான் பரிச்சயமான வாழ்தலுக்குத் திரும்பிக் கொண்டிருந்தேன், பரிச்சயமான படுக்கையில் சாயப்போகிறேன், அன்றிரவு என்னால் முறித்துவிட்டு வெளியேற முடிந்திருந்த அனைத்துடனும் உறவுகளைத் தொடர இருந்தேன். தேவையாயிருந்த ஒன்று, நானாக இருந்திருந்த நிலைக்கு மீண்டும் வந்துவிடக்கூடாது; உலகத்திடமிருந்து ஒதுங்கி வாழ்ந்த, உணர்வோட்டமற்ற, நல்ல வடிவின் அடிமையாக, நேற்றைய கனவானாக இனியும் இருந்திடக்கூடாது. நான் உண்மையாக உயிர்த்திருக்கு மட்டும்;, குற்றம் — திகிலின் அதலபாதாளத்தில் குதித்துவிடுவது மேலானது! சோர்ந்துபோயிருந்தாலும், தூக்கத்தைக் கண்டு மிரண்டேன், தூக்க முயற்சியில் புதுவாழ்வின் அர்த்தம் மறைந்துபோகுமென்று பயந்தேன். மொத்த அனுபவமும் கனவுபோல அகதியாகிவிடும் என அஞ்சினேன்.

ஆனால் அடுத்த காலையில் உற்சாக மனநிலையில் எழுந்தேன், புத்துணர்வின் நீரோட்டம் இன்னும் வீறுகொண்டிருந்தது. அதனின்றும் நான்கு மாதங்கள் கடந்துவிட்டன, பழைய தேக்க நிலைக்கு திரும்புதல் இருக்கவில்லை. என் உலகின் மரபார்ந்த பாதைகளிலிருந்து விலகி, அறியாததற்குள் நுழைவதற்காக, வாழ்வின அதலபாதாளத்தில் தாவுவதற்காக, ஆனந்தத்தின் போதையும் விரைதலின் மயக்கமும் கொண்டிருந்தபோது, ஆச்சரியகரமான மனக்கிளர்ச்சி இருந்தது. வேட்கையின் இந்த உச்சம் முடிந்துபோயிருந்தது. அதிலிருந்து எல்லா வேளையிலும் வாழ்வில் புதுப்பிக்கப்பட்ட ஆனந்த்தை உணராமல் இருந்ததில்லை. பிற புலன்களுடன், இதரதூண்டுதல்களுக்கு எதிர்வினையாற்றி, தெளிவான மனசாட்சியுடன் புனர்ஜென்மம் எடுத்துள்ளதை அறிவேன். நானொரு சிறந்த மனிதனா என்று தீர்ப்பிட முற்படமுடியாது ஆனால் மகிழ்ச்சியானவன் என்றறிவேன். வாழ்க்கை இறுகியும் அர்த்தமின்றியும் வளர்த்திருந்தது.; இப்போது அது அர்த்தம் பெற்றிருக்கிறது, அதற்கு "வாழ்க்கை" என்பது தவிர்த்து வேறெந்தப்பெயரையும் என்னால் கண்டறிய முடியவில்லை. செயற்கையான கட்டுப்பாடுகளை தூக்கி எறிந்திருக்கிறேன். நான் வளர்க்கப்பட்டுவந்த சமூகத்தின்

விதிகளும் சம்பிரதாயங்களும் என்னைக் கட்டுப்படுத்த முடியாதுபோயின. மற்றவர்களுக்கு முன்போ எனக்கு முன்போ நான் அவமானமடைவது நின்றது. கௌரவம், குற்றம், கேடு என்பது போன்ற சொற்கள் உள்ளீடற்றுப்போயின, அவற்றைப் பயன்படுத்துவது ரசனைக்குறைவாய் தெரிந்தது. அவ்வதிசய இரவில் முதலில் நான் அடையாளம் கண்டிருந்த ஆற்றலில் இருந்து என் ஆதார உந்துதல் வந்தது. அது என்னை இயக்கியதா என்று தெரியாது — புதிய அதலபாதாளத்தை நோக்கி, மற்றவர்கள் கேடு — குற்றம் என்றழைப்பதை நோக்கி, உன்னதம் போன்றதை நோக்கி இயக்கியதா என்று தெரியாது. எனக்குத் தெரியாது, தெரிந்துகொள்ள அக்கறையும் கிடையாது.. ஏனெனில் எதிர்காலத்தின் மர்மத்தை துருவி ஆராய்ந்திட முற்படாதவனே உண்மையில் உயிர்திருப்பவன என்று நம்புகிறேன்.

ஒன்று மட்டும் நிச்சயம், நான் ஒருபோதும் வாழ்வை உன்னிப்புடன் நேசித்ததில்லை; வாழ்வின் எந்தவொரு வடிவத்திற்கும் முறைக்கும் அலட்சியம் காட்டுபவன் குற்றம் இழைகின்றான் என்றறிவேன். என்னைப் புரிந்து கொள்ளத் தொடங்கியதால், என்னைச் சுற்றியிருப்பவற்றையெல்லாம் மேலதிகமாக புரிந்துகொண்டேன். ஒருகடை சன்னலிலிருந்து பார்க்கும் ஒருவரது பேராசைமிக்க பார்வைகள் என்னை மிகவும் பாதித்துவிடுகின்ற நாயின் குதியாட்டங்கள் என்னை உற்சாகத்தில் ஆழத்திவிடுகின்றன. ஒவ்வொன்றிலும் ஆர்வம் கொணடுள்ளேன், எதுவும் எனக்கு அலட்சியமானதில்லை. அவ்வளவாக நான் கண்டுகொள்ளாத செய்தித்தாளை இப்போது நூறுமுறை ஆர்வத்துடன் வாசிக்கிறேன். சலிப்பூட்டிய புத்தகங்கள் மிகவும் ஈர்க்கின்றன. நல்லசமூகத்தில் “உரையாடல்” எனப்படுவதிலிருந்து மாறுபட்ட வேறு விஷையங்கள் குறித்து என் சகமனிதரிடம் என்னால் பேசமுடிவதுதான் மிகவும் விசித்திரமானது. ஏழாண்டுகளாக என்னிடமுள்ள வேலையாள் எனக்கு ஆர்வமேற்படுத்துகிறான், அடிக்கடி அவனுடன் பேசுகிறேன். இங்கு மூட்டை தூக்குபவனை ஒரு பொருட்டாக நான் எண்ணியதில்லை, அன்றுதன் பெண்ணின் சாவு பற்றி கூறினான், அது சேக்ஸ்பியரின் துன்பியல் நாடகங்களை விடவும் என்னை நெகிழச்செய்தது. வெளிப்பார்வைக்கு நான் மதிக்கத்தக்க பழைய சலிப்பூட்டும் வாழ்வை வாழ்ந்தாலும், என்னிடத்தேயான மாற்றமும் மற்றவர்களுக்கு

இயல்பானதாக இருக்கும். மக்கள் முன்பைவிடவும் பாசத்துடன் அழைக்கின்றனர்; போன வாரம் மூன்றுமுறை ஒரு தெரு நாய் என்னிடம் வந்து வாலைக் குலைத்தது. நண்பர்கள் என்னை, நோயிலிருந்து குணமடைந்து வருகின்றவனைப்போல பாசத்துடன் நெருங்கி நான் இளமைக்குத் திரும்பியுள்ளதாகத் தெரிவிக்கின்றனர்.

இளமையாகி இருக்கிறேனா? எனக்குத் தெரிந்ததெல்லாம், இப்போதுதான் வாழத் தொடங்கியுள்ளேன். அன்றாட மாயத்தையும் அறிவேன். தமது கடந்தகாலமெல்லாம் ஒரு தவறு, ஒரு தயாரிப்பு என மக்கள் கருதுவது எவ்வளவு பொருத்தமானதென்று தெரியும். வெதுவெதுப்பும் உயிர்ப்புமிக்க என் கையில் சில்லிடும் பேனாவை வைத்து, வறண்ட காகிதத்தில், கடைசியில் நான் உண்மையாகவே வாழ்ந்து கொண்டிருக்கிறேன் என்றெழுதுவது, சந்தேகத்திற்கிடமின்றி அகங்காரமே அதுவொரு மாயமாக இருப்பினும்கூட, என்னை ஆனந்தமடையச்செய்த முதலாவது மாயம், என் குருதியை கதகதப்பாக்கி என் புலன்களைத் திறந்துவிட்ட முதலாவது மாயம். என் விழிப்புணர்வின் அற்புதத்தை இங்கே நான் உருவரை செய்தால், எனக்காக மட்டுமே செய்கிறேன் — வார்த்தைகள் விவரிக்கக்கூடியதை விடவும் அனைத்தையும் நான் நன்கறிந்திருந்த போதும். இதில் எதுபற்றியும் என் சிநேகிதர்களிடம் பேசியதில்லை: நான் எவ்வளவு மடிந்துகிடந்திருந்தேன் என்பதை அவர்கள் அறியமாட்டார்கள். வாழ்கின்ற இவ்வாழ்க்கை மீது திடீரென சாவின் கரங்கள் படிந்துகொள்ள, மற்றவர்களால் இவ்வரிகள் வாசிக்கப்படும் என்ற என் எண்ணத்தால் கலக்கம் அடைவதும் இல்லை. நான் விவரித்துள்ள இத்தகைய நேரத்தின் அற்புதத்தை ஒருபோதும் அறிந்திராதவர்கள், ஆறு மாதங்களுக்குமுன் நான் புரிந்துகொண்டுள்ளதையும் புரிந்துகொள்ளமாட்டார்கள் — ஒரு பிற்பகல் மற்றும் ஒரு மாலைப்பொழுதின் நிகழ்வுகள், தகிக்கும்படியாக என் வாழ்வைத் தொட்டிருக்கக்கூடும் என. அத்தகைய வாசகனைப் பற்றிய எண்ணம் என்னை அவமானப்படுத்துவதில்லை, ஏனெனில் நான் எழுதியுள்ளதை அவன் புரிந்துகொள்ளப்போவதில்லை. ஆனால் புரிந்துகொள்பவன் தீர்ப்பளிப்பதில்லை, பெருமிதம்கொள்வதில்லை. அவன் முன்னே நான் அவமானமடையமாட்டேன். தன்னை அறிந்துள்ள யாரும் இவ்வுலகில் மீண்டும் எதனையும் இழக்கமுடியாது.

தன்னிடத்தேயுள்ள மனிதனை புரிந்துகொள்பவன் அனைத்து மானுடத்தையும் புரிந்துகொள்கிறான்.

குறிப்புகள்

கிரவ்ன் : ஆஸ்திலீய நாணயற்களுள் ஒன்று, பொற்காசாகவும் ரூபாய்நோட்டாகவும் புழங்குவது. 16.1 கிரவ்ன் ஒரு அமெரிக்க டாலருக்கு ஈடானது,

டான்ஹாஸரின் கோல்: ஜெர்மானிய இசைவாணர், கவிஞர். இடைக்காலத்தவர். போப்பினைச் சந்தித்து தன் பாவங்களுக்காக மன்னிப்பு கோரியபோது 'என் தடி எப்படி துளிர்க்காதோ அப்படியே உன் பாவமும் மன்னிக்கப்பட முடியாது' என்று கூறப்பட்டு. சந்திப்பு நிகழ்ந்த மூன்றாம் நாள் தடி பூத்திருந்தது.

என்மர்மத்திலிருந்து இருதயத்தைப் பற்றி எறிய: சேக்ஸ்பியரின் ஹெம்லெட் டின் மூன்றாம் அங்கத்தில் இடம்பெறும் வரி இங்கே எடுத்தாளப்பட்டுள்ளது.